## രാജൻ കൊടക്കാട്

കാസർക്കോട് ജില്ലയിലെ കൊടക്കാട് ഗ്രാമത്തിൽ 1964 ഏപ്രിൽ 16ന് ജനിച്ചു. പയ്യാടക്കൻ കൃഷ്ണൻനായർ-നാരായണി ദമ്പതികളുടെ രണ്ടാമത്തെ മകൻ.

സി.ബി.എസ്.ഇ. സ്കൂൾ പ്രിൻസിപ്പാൾ, പയ്യന്നൂർ ISD സീനിയർ സെക്കണ്ടറി സ്കൂൾ. മണിപ്പൂർ, ഹരിയാന, പഞ്ചാബ്, ബാംഗ്ലൂർ, ബോംബെ, പയ്യന്നൂർ ചിന്മയ സ്കൂൾ എന്നിവിടങ്ങളിലായി സി.ബി.എസ്.ഇ. സ്കൂളുകളിൽ മുപ്പത് വർഷത്തോളം.

ലേറ്റസ്റ്റ്, കാരവൽ തുടങ്ങിയ സായാഹ്ന പത്രങ്ങളിൽ പ്രതിവാരം പംക്തി കൈകാര്യം ചെയ്തിരുന്നു. മാതൃഭൂമി ബദിയടുക്ക ലേഖകനായിരുന്നു. ഖത്തർ എം.ഇ.എസ്. സ്കൂൾ അധ്യാപകനായി മൂന്ന് വർഷക്കാലം സേവനമനുഷ്ഠിച്ചു. ഖത്തറിൽ കേരളശബ്ദം, മാതൃഭൂമി, ഏഷ്യാനെറ്റ് എന്നിവയുമായി ചേർന്ന് പ്രവർത്തിച്ചിരുന്നു.

ആദ്യനോവൽ പന്തിഭോജനം. 2019ൽ സാഹിത്യ പ്രവർത്തകസഹകരണ സംഘം പ്രസിദ്ധീകരിച്ചു. കണ്ണൂർ എഫ്.എം.ൽ കഥകൾ അവതരിപ്പിക്കാറുണ്ട്. തളിയിൽ ഭഗവതി, നൊമ്പരങ്ങൾ എന്നീ ആൽബങ്ങൾ രചിച്ചു. പസീന എന്ന സിനിമയിൽ ഗാനം എഴുതുകയും അഭിനയിക്കുകയും ചെയ്തു.

ഇപ്പോൾ മട്ടന്നൂർ ശ്രീശങ്കരവിദ്യാപീഠം സീനിയർ സെക്കണ്ടറി സ്കൂൾ പ്രിൻസിപ്പാളാണ്.

മൊബൈൽ: 9447960314

Malayalam Language
Teacherkku Oru Sammanam
(Children's Novel)
by
Rajan Kodakkad

♦

Published in October 2022
by Kairali Books Private Limited
Thalikkavu Road, Kannur.
Ph : 0497-2761200
E-Mail : kairalibooksknr@gmail.com

♦

Cover Design
Prasanth Mangad



Price ₹ : 200.00
70/22-22/Sl.No.1378/100/NS 18.6
ISBN 978-93-94472-28-0

# ടീച്ചർക്ക് ഒരു സമ്മാനം

രാജൻ കൊടക്കാട്

കൈരളി ബുക്സ്

# ഗ്രൂപ്പ്

ചേരിക്കുന്നിന്റെ വടക്കേ പള്ളയിലേക്ക് സൂര്യരശ്മി എത്തിപ്പെടുന്നതിന് മുൻമ്പ് തന്നെ അവൻ എഴുന്നേറ്റു. ഇനി അധികം സമയമില്ല പുലരാൻ.

ഇന്നെന്തായാലും ഒരു തീരുമാനത്തിലെത്തണം. തന്നെപ്പോലെ ത്തന്നെ വിചാരങ്ങളുള്ള കുട്ടികൾ ക്ലാസിലുണ്ടാവും തീർച്ച. എല്ലാവരേയും കൂട്ടണ്ട. അത് ശരിയാവില്ല. ഓ, അവരൊക്കെ എന്തു പറഞ്ഞാലും തന്നെ കളിയാക്കും. അവർക്ക് തോന്നുന്നുണ്ടാകും അവർക്കേ ഇതെല്ലാം പറ്റൂന്ന്. പക്ഷേ, എനിക്കും പറ്റും. കാട്ടിക്കൊടുക്കുന്നുണ്ട് ഞാൻ. അപ്പു എന്ന് വിളിപ്പേരുള്ള നിതിൻ ഉറച്ചഒരു തീരുമാനമെടുത്തു.

ഇന്നുതന്നെ ഒരു ഗ്രൂപ്പുണ്ടാക്കണം. അതിൽ ചേരുന്നവർ മതി. ഏതായാലും ഏഴ് ബിയിൽ നാല്പത് കുട്ടികളില്ലേ, ആൺകുട്ടികളും പെൺകുട്ടികളുമായി.... അതിൽ ഒരു പത്തുപേർ.. അല്ല, പത്തു വേണ്ട. ഒരു ആറുപേർ ഒന്നിച്ചാൽ മതി. നല്ലൊരു ഗ്രൂപ്പുണ്ടാക്കാം. ഒരു വാട്സ് ആപ്പ് കൂട്ടായ്മ. തനിക്കേറ്റവും ഇഷ്ടമുള്ള അദ്ധ്യാപകന് കാര്യമായ ഒരു സമ്മാനം കൊടുക്കണം. സ്വന്തമായി അധ്വാനിച്ച് പണമുണ്ടാക്കി വാങ്ങിക്കുന്ന ഒരു സമ്മാനമായിരിക്കണം അത്. ചൈൽഡ് ലേബർ പ്രശ്നമുണ്ട് എന്നാലും നമ്മൾ അതിനുള്ള തുകയുണ്ടാക്കും.

വിയർപ്പിൽ നിന്നു കിട്ടുന്ന കാശിന് ഒരുപാട് വിലയുണ്ടെന്ന് അച്ഛൻ ഇടക്കിടെ പറയുന്നത് ശരിയാണ്. അച്ഛനും അമ്മയും എത്ര കാലമായി അധ്വാനിക്കുന്നു! എല്ലാം എനിക്കുവേണ്ടിയല്ലേ. അച്ഛൻ രാവിലെ എഴുന്നേറ്റ ഉടനെ ചെയ്യുന്നത് നിതിൻ നോക്കി ഇരുന്നിട്ടുണ്ട്. ആദ്യം വ്യായാമം ചെയ്യും അതിനു ശേഷം പല്ലുതേക്കൽ. പിന്നെ പത്രം വായന അതും കഴിഞ്ഞ് അച്ഛൻ ടെറസിൽ ഉണ്ടാക്കുന്ന പച്ചക്കറിയുടെ ശുശ്രൂഷ. എല്ലാം ചെയ്തിട്ട് അടുക്കളപ്പണി. അതും കഴിഞ്ഞ് കൃത്യ സമയത്തു തന്നെ ജോലിക്കും പോകും. വല്ലാത്തൊര് ടൈമിങ്. അച്ഛനൊക്കെ ഇത്ര നേരത്തേ എഴുന്നേറ്റ് ഇതൊക്കെ ചെയ്യാൻ എങ്ങിനെയാണ് കഴിയുന്നത്. അപ്പു ചിന്തിക്കാറുണ്ട്. പക്ഷേ ഒരു പിടിയും കിട്ടാറില്ല. അച്ഛൻ ചിലപ്പോൾ മദ്യപിക്കും രാത്രി വരെ നീളുമെങ്കിലും ഞങ്ങ

ളൊക്കെ വിചാരിക്കും, അച്ഛൻ നാളെ എഴുന്നേൽക്കില്ലാന്ന്. പക്ഷേ ആറെന്നടിക്കുമ്പോൾ ഉണരുകയും വ്യായാമത്തിൽ ഏർപ്പെടുകയൂം ചെയ്യും. ഒരു വല്ലാത്ത സാധനം.!

തന്റെ കഴിഞ്ഞ മാസത്തെ പരീക്ഷക്കടലാസ് കാണിക്കാൻ തന്നെ പേടിയാണ്. എല്ലാറ്റിലും മാർക്ക് കുറവ്. ‘ഇവരൊക്കെ ഇങ്ങനെ മാർക്ക് പിശുക്ക് കാട്ടിയാലെന്തു ചെയ്യും? കോടതിയടക്കം പറഞ്ഞിട്ടുണ്ട് ഉത്തരത്തിൽ എന്തെങ്കിലും ഭാഗം എഴുതിയിട്ടുണ്ടെങ്കിൽ മാർക്ക് കൊടുക്കണം എന്ന്’ അതിനിടയിൽ ഒരു തമാശ ഓർമ്മയിൽ വന്നു. ‘രാമായണത്തിലെ സീതയുടെ ഭർത്താവ് ആരായിരുന്നു എന്നാണ് ചോദ്യം.

സീതയുടെ ഭർത്താവിന്റെ പേര്.....?

ഓപ്ഷൻ A. രാമൻ, B. രാവണൻ, C. ഭീമൻ

ഭീമൻ എന്ന ഉത്തരമെഴുതിയ കുട്ടിക്ക് മാർക്ക് കൊടുക്കാതിരുന്ന അധ്യാപകനെതിരായി കുട്ടിയുടെ രക്ഷിതാക്കൾ കോടതിയിൽ പോയില്ലേ. അവർ പറയുന്ന ന്യായവും വിചിത്രമായിരുന്നു. സീതയുടെ ഭർത്താവ് രാമനായിക്കോട്ടെ, പക്ഷേ ഉത്തരത്തിൽ ഒരക്ഷരത്തിന്റെ തെറ്റല്ലേ ഉള്ളൂ. രാമൻ എന്നെഴുതുന്നതിനു പകരം ഭീമൻ എന്നെഴുതിപ്പോയി. ആദ്യത്തെ ഒരക്ഷരമല്ലേ തെറ്റിയുള്ളൂ. ബാക്കി തൊണ്ണൂറു ശതമാനവും ശരിയല്ലേ, ഒരക്ഷരം തെറ്റിയതിന് എന്തായാലും മാർക്ക് കുറക്കാൻ പാടില്ല. ആരാ ഇക്കാലത്ത് അക്ഷരത്തെറ്റില്ലാതെ എഴുതുന്നത്..

നേരം വെളുത്ത് സ്കൂളിലെത്താൻ അപ്പു വേവലാതിപ്പെട്ടു. ഒരു ഗ്രൂപ്പുണ്ടാക്കുക എന്നത് അവന് ബുദ്ധിമുട്ടുള്ള കാര്യം തന്നെയാണ്. ഒരുപാട് പേരോട് സമാധാനം പറയേണ്ടിവരും. പൈശക്കാരുടെ മക്കളുണ്ട് ക്ലാസിൽ അവർ കേട്ടാൽ തമാശിച്ചു നശിപ്പിക്കും. പിന്നെ ജന്മത്തിൽ നടക്കൂല. ഒരു അഞ്ചാറു കുട്ടികളെ സംഘടിപ്പിച്ച് ഒരിടത്തിരുത്തണം. അതിന് ഒറ്റ വഴിയേ കാണുന്നുള്ളൂ. ദേവാനന്ദനെ ആദ്യം കാണണം. അവൻ നേരത്തേ വരും. അവനെ മറ്റുള്ളവർക്ക് മുമ്പേ കണ്ട് കാര്യം പറയണം. ആദ്യം അവൻ വലിയ ദേവാനന്ദൻ കളിക്കും. പരീക്ഷകളിൽ മാർക്ക് കൂടുതൽ കിട്ടുന്നതായത് കൊണ്ട് അവൻ പറഞ്ഞാൽ ടീച്ചർമാരെല്ലാം കേൾക്കും. അതിനൊന്നും ഇട കൊടുക്കാതെ അവനെ പാട്ടിലാക്കണം.

ദേവൂട്ടൻ എന്നാണ് ദേവാനന്ദിനെ വീട്ടിൽ വിളിക്കുന്നത്. വീട്ടുകാരെ കൂടാതെ അവനെ അങ്ങനെ വിളിക്കുന്നത് അപ്പുവാണ്. രണ്ടുപേരുടെയും വീടുകൾ തമ്മിൽ അധിക ദൂരമില്ലെങ്കിലും ജീവിതക്രമത്തിൽ ഒരുപാട് വ്യത്യാസമുണ്ട്. ദേവൂട്ടന്റെ അച്ഛനും അമ്മയും പണിക്ക്

പോകും. വൈകുന്നേരം വരെ പണിയെടുത്ത് വീട്ടിലെത്തുമ്പോൾ നല്ല കള്ളുനാറ്റം ഉണ്ടാവും. ചിലപ്പോഴൊക്കെ പൊരിഞ്ഞ തല്ലുകൂടും, എന്നാലും പിറ്റേന്ന് നേരം വെളുക്കുമ്പോൾ അവർ 'ആരെന്തു കേട്ടു' എന്ന മട്ടിൽ കാര്യ സാഗരത്തിലെത്തും.

അപ്പു ദേവൂട്ടനെയും കാത്ത് സ്കൂളിനു പിൻവശത്തുള്ള മതിലിൽ കൈവച്ച് ദൂരേക്ക് നോക്കിനിന്നു. മതിലിനപ്പുറം വയലാണ്. വയൽവരമ്പിലൂടെ ദേവാനന്ദ് ഒറ്റയ്ക്കാണ് സ്കൂളിലേക്ക് വരുന്നത്. ദൂരെനിന്നു തന്നെ അപ്പു അവനെ കണ്ടു. ഒരു പുതിയ പരിപാടിയുടെ തുടക്കം കുറിക്കുന്ന ഒരു കാണലായിരുന്നു അത്. അപ്പു കൈ ഉയർത്തി, അകലെ നെല്ലിൻ തളിരിലെ മഞ്ഞുകൊണ്ട് കാലിൽ ചെളി പുരട്ടി നടന്നുനീങ്ങുന്ന ദേവൂട്ടൻ അത് കണ്ട് തിരിച്ചങ്ങ് കൈവീശി. അത്രയും നേരം നിലം നോക്കി നടക്കാതിരുന്നപ്പോൾ ദേവൂട്ടന്റെ ബാലൻസ് തെറ്റി. വയൽ വരമ്പിലൂടെ നടക്കാൻ ഒരു പ്രത്യേക ബാലൻസ് വേണം. അതറിയുന്നവനാണെങ്കിലും സുഹൃദ്ബന്ധത്തിൽ ജന്മാന്തര ബന്ധങ്ങൾ മറന്നുപോകും.

കയറ് കെട്ടിയ പുസ്തകങ്ങൾ കണ്ടത്തിൽ വീണു. വെള്ളവും ചെളിയും പറ്റി നനഞ്ഞു.

'ഓ, ഒന്നു വേഗം വാടാ, ഒരു കാര്യം പറയാൻ മുട്ടിവന്നിട്ട് നേരമെത്രയായി' അപ്പു മനസ്സിൽ ദേഷ്യം പൂണ്ടു.

രാത്രി മഴ പെയ്തിട്ടൊന്നുമില്ല. എങ്കിലും മഞ്ഞുപെയ്യുന്ന രാത്രികളിൽ സ്കൂൾ വളപ്പിലെ മരങ്ങൾ അതിന്റെ ജലാംശം രാവിലത്തേക്ക് കരുതിവെക്കും. അമ്മൂമ്മ കൊച്ചുവർത്താനങ്ങളും പലഹാരങ്ങളും കുഞ്ഞുമക്കൾക്ക് സൂക്ഷിച്ചുവെക്കുന്നതുപോലെ. നെല്ലിമരത്തിൽ ഇക്കൊല്ലം ഒരുപാട് നെല്ലിക്കയുണ്ടായിരുന്നു, ഉച്ചനേരത്തും ഇന്റർവെല്ലിനും മറ്റുമായി, ചിലർ വൈകുന്നേരം കാത്തിരുന്നു എല്ലാം തെറ്റി. മാഷമ്മാർ എത്ര പറഞ്ഞാലും അതിലൊന്നും ഒരു കുറവും വരുന്നില്ല. ഏഴാം ക്ലാസുകാരുടെ അവകാശമാണ്. ഇക്കൊല്ലം കഴിഞ്ഞാൽ തീർന്നില്ലേ. പിന്നെ ഈ സ്കൂളിൽ പരാക്രമം കാട്ടാനാകില്ലല്ലോ. അദ്ധ്യാപകരും അതുതന്നെ വിചാരിക്കും. സാരമില്ല അവസാന വർഷമല്ലേ. വലിയ 'ശിക്ഷ'യൊന്നും കൊടുക്കാൻ മുതിരില്ല. നെല്ലിമരത്തിലേക്ക് ചെറിയൊരു ചില്ല എടുത്ത് എറിഞ്ഞുകൊണ്ട് അപ്പു ദേവുവിനെ കാത്തു.

ക്ലാസിൽ കയറുന്നതിന് മുമ്പുതന്നെ അപ്പു ദേവാനന്ദിനെ പിടികൂടി, ക്ലാസിന്റെ പിറകിലെ ബെഞ്ചിലേക്ക് ആദ്യം കൊണ്ടോയി. അപ്പോൾ

അവിടെ മറ്റു രണ്ടുമൂന്നുപേർ തകൃതിയായി ഹോം വർക്ക് ചെയ്യുന്നു. അവരുടെ ശ്രദ്ധ ആകർഷിക്കത്തക്കരീതിയിൽ വേണ്ടായെന്ന് തോന്നുകയും ദേവാനന്ദിനേയും കൊണ്ട് അസംബ്ലി നടത്താറുള്ള ഗ്രൗണ്ടിന്റെ അറ്റത്തുള്ള ഇലഞ്ഞി മരത്തിനടുത്തേക്ക് നീങ്ങി.

'എടാ എന്താ നിനക്ക്? കുറേ നേരായല്ലോ എന്നേയിങ്ങനെ വലിക്കാൻ തുടങ്ങിയിട്ട്, രാവിലെ ചായ പോലും കുടിച്ചിട്ടില്ല. എന്തിനാ പറ.'

ഒന്നു കിതപ്പുമാറ്റിയിട്ട്, അകലെ പാടത്തേക്ക് നോക്കി നിതിൻ എന്ന അപ്പു ആ കാര്യം പറഞ്ഞു. ഇപ്പോൾ അത് ലോകത്ത് രണ്ടേ രണ്ട് പേർക്ക് മാത്രമേ അറിയൂ. ഒന്ന് നിതിൻ മറ്റേത് ദേവാനന്ദ്. സംഗതി വളരെ ഗൗരവമുള്ളതും ആത്മാർത്ഥതയുമുള്ളതാണെന്ന് രണ്ടുപേരും വിലയിരുത്തി. കൂട്ടത്തിൽ മറ്റുള്ളവരെ കാര്യങ്ങൾ പറഞ്ഞ് ബോധ്യപ്പെടുത്തി ഒരുഗ്രൻ ഗ്രൂപ്പാക്കി മാറ്റാനുള്ള ചുമതല ദേവാനന്ദന്റെ ശോഷിച്ച മുതുകിലെത്തി. അഡ്മിൻ ദേവു. അഡ്മിൻ ദേവു... പുതിയ താരോദയം ഏഴ് ബി യിൽ പിറവിയെടുത്ത സമയത്ത് കൃത്യമായി നദയെന്ന ക്ലാസിലെ സുന്ദരി പാത്ത് വന്ന് ചോദിച്ചു.

'എന്താ രണ്ട് മരങ്ങോടന്മാരും കൂടി രാവിലെ തന്നെ ഒരു ഗൂഢാലോചന. ഇന്ന് ഉപ്പ്മാവ് വെക്കാൻ കൂട്ടുമോ എന്നായിരിക്കും അല്ലേ...?'

കിട്ടിയ തക്കം ഒട്ടും പാഴാക്കാതിരിക്കുന്നത് ഏറ്റവും നല്ല കളിക്കാരന്റെ ലക്ഷണമാണെന്ന് ബ്ലാസ്റ്റേർസിന്റെ കളിക്കിടയിൽ ഷൈജു ദാമോദരൻ ഇടക്കിടെ പറയാറുള്ളത് ദേവൂട്ടന് ഓർമ്മിക്കുകയും അത് പ്രവർത്തിയിൽ കൊണ്ടുവരുന്നതിന് ഉത്സാഹിക്കുകയും ചെയ്തു കൊണ്ട് നദയോട് ഒരു ചോദ്യമെറിഞ്ഞു.

'ഏ, നദേ, ഉപ്പുമാവല്ല ഒരു സമ്മാനത്തിന്റെ കാര്യം ഗൗരവമായി ആലോചിക്കുകയായിരുന്നു. നീയും കൂടിക്കോ, നിനക്കാകുമ്പോൾ ഒരു ചാൻസ് കിട്ടുമല്ലോ'.

ദേവൂട്ടൻ രണ്ട് കൈകളും കൂട്ടിത്തിരുമ്മി വിരലുകൾ ഇടകലർത്തിപ്പിടിച്ച് കൈത്തലം മേല്പോട്ടുയർത്തി കെട്ടുപൊട്ടിച്ച് ശ്വസന പ്രക്രിയ ചെയ്തു.

'എന്താ, എനിക്കൊന്നും മനസ്സിലായില്ല...'

'അത് അവന് പറയാനറിയാത്തതു കൊണ്ടാ', നിതിൻ ഇടപെട്ടു. നിനക്ക് ഏറ്റവും കൂടുതൽ ഇഷ്ടപ്പെട്ട മാഷിന് ഒരു സമ്മാനം പദ്ധതി. അതിനൊരു ഗ്രൂപ്പുണ്ടാക്കാൻ പോകുന്നു. താല്പര്യം ഉണ്ടെങ്കിൽ കൂടാം. ഇനി കൂടിയാലും ഇല്ലെങ്കിലും താല്പര്യമുള്ള എട്ട് പേർക്ക്

അവസരമുണ്ട്. അതിലേക്ക് അത്രയും അംഗങ്ങളെ റിക്രൂട്ട് ചെയ്യുന്ന കാര്യം നിന്നെ ഏൽപ്പിച്ചു.'

അത്രയും പറഞ്ഞ് നിതിനും ദേവാനന്ദും സ്ലോമോഷനിൽ നടന്നു നീങ്ങി...

അവർ പോകുന്നതും നോക്കിനിൽക്കേ നദ തന്റെ കൺമുന്നിൽ കാണുന്നത് വിശ്വസിക്കാനാകാതെ ഒന്ന് കണ്ണുചിമ്മി തുറന്നു. തന്റെ കൂട്ടുകാർ ഇത്ര പക്വമതികളായതിൽ അവൾ അല്പം അമ്പരന്നു. പിന്നെ സ്വത്വത്തിലേക്ക് വന്നിറങ്ങിയപ്പോഴേക്കും ടീച്ചർ ക്ലാസിലെത്തി ക്കഴിഞ്ഞിരുന്നു.

ഒന്നും രണ്ടും പിരീയഡുകൾ കഴിഞ്ഞതിനുശേഷം കിട്ടിയ മൂത്രമൊഴിക്കാനുള്ള സമയത്താണ് നദയ്ക് മറ്റ് മൂന്നാലുപേരോട് ഇക്കാര്യം അവതരിപ്പിക്കാൻ പറ്റിയത്.

ഒറ്റ വാക്കിൽ മുബീനയും നിഹാരയും നിവേദ്യയും പരിപാടിയെ അനുകൂലിച്ചുവെങ്കിലും ഒറ്റ നിമിഷത്തിനുള്ളിൽ അവർ പറഞ്ഞു എയ് നടക്കൂല.

'എന്താ നടക്കാത്തത്'

അല്ല ഒരു പൈസ പോലും ആരോടും വാങ്ങാതെ, ആരുടെയും സഹായമില്ലാതെ എങ്ങിനെ നടക്കും....? മുബീന പറഞ്ഞു. പിന്നെ കക്കാൻ പോകേണ്ടിവരും. ചിരിച്ചുകൊണ്ട് നിവേദ്യ ഇടങ്കോലിട്ടു. നിഹാരയ്ക്ക് പ്രത്യേകിച്ച് അഭിപ്രായമൊന്നുമില്ല. എല്ലാവരും ഒന്നി ച്ചാൽ അതിൽ ഞാനും കൂടും. നിങ്ങളോരോരാളും ചെയ്യുന്നത് എനിക്കും ചെയ്യാലോ. അവൾ അങ്ങനെ പറഞ്ഞുതീരുന്നതിനു മുൻപ് നദ പറഞ്ഞു.

'ദ, അതാണ് ടീം സ്പിരിറ്റ്, നമ്മൾ വിചാരിച്ചാൽ നടക്കാത്തതല്ല ഒന്നും. ഇന്നാള് ടീച്ചർ പറഞ്ഞത് ഓർമ്മയില്ലേ. ഒരു വ്യക്തമായ ലക്ഷ്യ മുണ്ടെങ്കിൽ എല്ലാ പ്രവർത്തനങ്ങളും ആ ലക്ഷ്യം നേടാൻ വേണ്ടി നമ്മളെ അതിലേക്ക് നയിച്ചുകൊണ്ടിരിക്കും.

ബെല്ലടിയൊച്ച കേട്ട് ക്ലാസിലേക്ക് ഓടുമ്പോൾ നദ ചിന്തിച്ചു, ഒരു നിമിഷം മൂന്നു പേരെ സംഘടിപ്പിക്കാൻ എനിക്ക് പറ്റി, ഒരു നേതാ വായി ഞാനും. ക്ലാസ് തുടങ്ങിയപ്പോൾ ചിന്തയെല്ലാം പോയി. രാഘ വൻ മാഷ് ക്ലാസിൽ കയറിയാൽ പിന്നെ ശ്വാസം കഴിക്കാൻ തന്നെ എല്ലാവരും മറന്നുപോകും. നാളെ ചോദ്യം ചോദിക്കുന്നുണ്ട്. ഇന്നലെ മാഷ് ക്ലാസ് കഴിഞ്ഞു പോകുമ്പം പറഞ്ഞത് ആൺകുട്ടികളൊന്നും കേട്ടിട്ടുണ്ടാവില്ല. അവർക്കിന്ന് നല്ല കൊയ്ത്തായിരിക്കും. മരത്തിന്റെ

സ്കെയിലുകൊണ്ട് കയ്യിന്റെ കൊട്ടിന്. വല്യ ഗമ കാണിച്ച് നടക്കുന്ന നിതിന് തല്ല് കിട്ടുമ്പം അവന്റെ മീട് കാണേണ്ടതന്നെ. പല്ലു വേദനിക്കുമ്പോൾ അമ്മൂമ്മ ചെയ്യുമ്പോലെ മീട് കോട്ടിപ്പിടിക്കും എന്നിട്ട് തല്ലു കിട്ടിയ കൈ വേഗം വലിച്ചിട്ട് കുണ്ടിക്കൊരക്കും.
അതോർത്ത് നദക്ക് ചിരിപൊട്ടി. പെട്ടെന്നുതന്നെ തടഞ്ഞുനിർത്തി. ഇല്ലെങ്കിൽ കാണാം കണക്ക് മാഷ് ചീത്ത പറഞ്ഞാൽ തന്നെ കരഞ്ഞുപോകും.

നദക്ക് കണക്കുമാഷെ ഒട്ടും ഇഷ്ടമല്ല, അത് അവൾ വീട്ടിലും പറഞ്ഞിട്ടുണ്ട്. എന്തിനാ മാഷ് എപ്പോഴും ഇങ്ങനെ ചീത്ത പറയുന്നത്. ഒന്നു ചിരിച്ചുകണ്ടിട്ടില്ല. അവളുടെ വീട്ടിനടുത്ത് ഇതേപോലുള്ള വേറൊരാളുണ്ട്. അയാളെയും നദക്ക് ഇഷ്ടമല്ല. അയാളെ പേടിയാണ്. അത് വിറക് കീറാൻ പോകുന്ന മണിയനാണ്. അയാൾ ഒന്നും മിണ്ടാതെ തുറിച്ചുനോക്കും. അന്നേരം നദ ആ വഴിക്ക് നോക്കില്ല.

മാഷ്ക് മറന്നുപോയീന്നു തോന്നുന്നു. ചോദ്യം ചോദിക്കാതെ ക്ലാസ് എടുക്കാൻ തുടങ്ങിയതാണ്. അന്നേരം പഠിപ്പിസ്റ്റ് മണ്ടകൾ മാഷെ ഓർമ്മിപ്പിച്ചു.

'സർ, ചോദ്യം'

ഒറ്റ വാക്കിൽ മാഷ്ക് കാര്യം ഓർമ്മവന്നു. ആദ്യചോദ്യം അവനോട് തന്നെ ചോദിച്ചു. അവൻ ഒട്ടും പ്രതീക്ഷിച്ചില്ല, 'നല്ലപിള്ള' ചമഞ്ഞ് അടിവാങ്ങുന്നത് അവന്റെ മാത്രം പരിപാടിയല്ല. ഇത്തവണ അവനാണ് കിട്ടിയത്, കിട്ടട്ടെ.....

കണക്ക് പിരിയഡിന് നീളം കൂടുതലാണെന്ന് തോന്നും. തീരില്ല, തല്ലും ചീത്തയും, കൂട്ടലും കിഴിക്കലും സമവാക്യങ്ങളും നിറഞ്ഞ ഒരു സംഭവം തന്നെയാണ്. ഏഴ് ബിയിലെ കണക്ക് പിരിയഡ്. കുട്ടികളെ അടിക്കരുത് എന്ന് എല്ലാവരും പറയുമെങ്കിലും കണക്ക് മാഷോട് ആരും പരാതി പറയാറില്ല. കണക്ക് ക്ലാസ് കഴിഞ്ഞ് മാഷ് ക്ലാസിൽ നിന്ന് പോയപ്പം നിതിൻ വായ തുറന്നു, ഒരു ഒച്ചയുണ്ടാക്കി. സമാധാനത്തിന്റെ ഒരു ഒച്ചയുണ്ടാക്കൽ. അവൻ നദയെ ഒന്ന് എത്തിനോക്കിയിട്ട് 'എന്തായി' എന്ന് മുഖം കൊണ്ട് ആംഗ്യം കാട്ടി. അവൾ കണ്ണുകൾ വിടർത്തി സന്തോഷം കാട്ടി. മൂന്ന് വിരലുകൾ ഉയർത്തിക്കാട്ടി. നിതിൻ തള്ളവിരൽ ഉയർത്തിക്കാട്ടി നന്ദി പറഞ്ഞു.

മലയാളം മാഷ് ക്ലാസിലെത്തുമ്പോൾ നിതിൻ ഓർത്തത്, തന്റെ ടീമിൽ ആറുപേർ ചേർന്നു എന്നത് മാത്രമാണ്. വിജയൻ മാഷ് ക്ലാസിലെത്തിയതും നിതിനോട് ഒറ്റ ചോദ്യം 'എന്താ നിതിൻ ആലോചി

ക്കുന്നത്....?'

'ങ്ങേ' ആലോചിക്കുന്നത് മാഷ്ക്ക് പിടികിട്ട്യോ, ഞാൻ മനസ്സിലല്ലേ ആലോചിച്ചത്. അത് മാഷ്ക്കെങ്ങനെ അറിയാം. ആത്മഗതം പറഞ്ഞതും കൂട്ടി വിജയൻമാഷ് പറഞ്ഞു.

'എന്തോ, ആലോചിച്ചില്ലേ...? ങ്ങേ..'

നിതിൻ എഴുന്നേറ്റു പറഞ്ഞു.

അവൻ എഴുന്നേറ്റ് പറയാൻ തുടങ്ങുമ്പോൾ ദേവാനന്ദ് മനസ്സിൽ ഈശ്വരനെ വിളിച്ചു. നമ്മുടെ പ്രോഗ്രാം പറയാൻ തോന്നല്ലേ.. അതൊരു സർപ്രൈസാക്കിയാൽ എത്ര നന്നായിരിക്കും. വേറെന്തെങ്കിലും പറയട്ടെ,.

'അത്  സർ, അങ്ങോട്ടും ഇങ്ങോട്ടും നോക്കിക്കൊണ്ടാണ് അവൻ അത്രയും പറഞ്ഞത്. നോട്ടത്തിൽ നദയും ദേവൂട്ടനും മുഖം കൊണ്ട് വിലക്കി.  അല്ലെങ്കിൽ അവൻ അതുതന്നെ പറയുമായിരുന്നു. അവൻ പറഞ്ഞു.

'അത് സർ, വീട്ടിലെ പശു പ്രസവിച്ചു, അത്, നല്ല കുട്ടി ഇന്ന് സ്കൂളിൽ വരണ്ടാന്ന് തീരുമാനിച്ചതാണ്, അച്ഛൻ വിടണ്ടേ.. ക്ലാസില ന്നേരം കൂട്ടച്ചിരിയായി, മാഷും ചിരിച്ചു. 'നീ ഇരിക്ക്, ഏതായാലും വന്നില്ലേ'..

നിതിന് വിജയൻ മാഷെ വല്ലാത്ത ഇഷ്ടമാണ്. മാഷ് മലയാളത്തിലേ പറയൂ. എന്ത് ക്ഷമയാ മാഷ്ക്ക്. ഒരാൾക്കും മാഷോട് ദേഷ്യമുണ്ടാവില്ല. പുഞ്ചിരിച്ചുകൊണ്ടല്ലാതെ മാഷെ ആരും കാണില്ല. കവിത ചൊല്ലുന്നത് കേട്ടാൽ, കഥാപാത്രം കൺമുന്നിൽ വന്നുനിൽക്കുന്നതുപോലെ തോന്നും. ഇങ്ങനെ ഈണത്തിൽ പാടുമ്പോൾ അമ്മ വീട്ടിൽ കുഞ്ഞിനെ ഊഞ്ഞാലാട്ടുമ്പോൾ പാടുന്നതുപോലെ തോന്നും. അതിനൊക്കെ ട്രെയിനിങ്ങുണ്ടായിരിക്കുമായിരിക്കും. എന്നാലും ക്ലാസിലെ എല്ലാവർക്കും വിജയൻമാഷെ വല്യ ഇഷ്ടമാണ്.

മാഷ് ഒരിക്കലും ലീവാക്കില്ല. മാത്രമല്ല എല്ലാ ശനിയാഴ്ചയും സ്കൂളിൽ വരും. കുട്ടികളൊന്നുമില്ലെങ്കിൽ മാഷ്കെന്താ പണി.? ഓഫീസിൽ ഹെഡ്മാഷെ സഹായിക്കുന്നത് വിജയൻ മാഷാണ്. ഒരു ദിവസം ഹെഡ്മാഷ് ക്ലാസിൽ വന്ന് വിജയൻ മാഷോട് പറയുന്നത് ക്ലാസിലെ കുറേ കുട്ടികൾ കേട്ടിരുന്നു.

'മാഷൊന്ന് വരണം ആ ബില്ല് എഴുതിക്കൊടുത്താലേ നമ്മുടെ ശമ്പളം കിട്ടൂ. അതിന് ശശീനെ മാത്രം നോക്കിയാൽ നടക്കൂല. അവനിങ്ങനെ പഠിക്കുന്നതല്ലേയുള്ളൂ. വിജയൻമാഷ് ശനിയാഴ്ചയും

സ്കൂളിൽ പോകുന്നതിന്റെ രഹസ്യം പിടികിട്ടിയ സന്തോഷത്തിൽ അങ്ങനെയിരുന്ന് വിജയൻമാഷുടെ ക്ലാസ് കേൾക്കുമ്പോൾ ദാ, ബെല്ല ടിച്ചു. ഈമലയാളം ക്ലാസ് മാത്രം വേഗം തീരുന്നു.

ലോങ്ങ് ബെല്ലടിച്ചപ്പോൾ ഏഴു ബിയിലെ ആറുപേർ സന്തോഷി ച്ചതിന് രണ്ട് കാര്യങ്ങളുണ്ട്. ഉച്ചക്കഞ്ഞി കുടിക്കാം, മറ്റൊന്ന് അവ രുടെ ഗ്രൂപ്പ് വർക്ക് ഒന്ന് ശരിയാക്കിയെടുക്കാം.

ഉച്ചക്കഞ്ഞി വിളമ്പുന്നതും വിജയൻ മാഷാണ്. ഇപ്പം കഞ്ഞി എന്ന പേരേ ഉള്ളൂ. ചോറും കറികളും തന്നെ. കറിക്ക് വേണ്ടതെല്ലാം സ്കൂൾ വളപ്പിലുണ്ട്. വിജയൻ മാഷ് ഒരു നല്ല കർഷകൻ കൂടിയാണെന്ന് പറ ഞ്ഞറിയിക്കുന്നതാണ് സ്കൂളിലെ തോട്ടം. വെണ്ടയും തക്കാളിയും വഴു തനയും, എന്തിന്, ചേനയും ചേമ്പും ഉള്ളിയുമടക്കം സ്കൂൾ വളപ്പി ലുണ്ടാക്കിയിട്ടുണ്ട്.

വേഗം തന്നെ ദേവാനന്ദ് ഉച്ചഭക്ഷണം കഴിച്ച് നിതിന്റെ അടുത്തെ ത്തി. 'ടാ, വേഗം നോക്ക്, ഇപ്പത്തന്നെ നമ്മുടെ ഗ്രൂപ്പ് റഡിയാക്കണം. ഇനി നാലുപേർ കൂടി വേണം എന്നാലേ ഒരു സ്ട്രോങ്ങാവൂ. കൈക ഴുകി വേഗം വാ. ഞാൻ കിണറിന്റെ അടുത്ത് നിൽക്കാം. വേഗം'.

ദേവൂട്ടനേക്കാൾ തിടുക്കം നിതിനായിരുന്നു. കാരണം ഐഡിയ അവന്റേയല്ലേ. അതിന് വരുന്നവർ ഉത്സാഹിക്കുന്നതു കാണുമ്പോൾ ചെറിയ ഒരു അസൂയ പോലും അവന് തോന്നിയിട്ടുണ്ട്.

'ശെടാ, ഇവര് ഇത്ര ആക്ടീവ് ആയോ.. ഇന്നലെ എനിക്ക് ഉറക്കം വരാത്തതിനേക്കാൾ ഭയങ്കരമാണല്ലോ ഇത്'. നിതിൻ വേഗം തന്നെ കിണറിന്റെ വക്കത്തെ പ്ലാറ്റ്ഫോമിലേക്കെത്തി. ഇലഞ്ഞിമരത്തിന്റെ നിഴലിൽ കുറച്ചുനേരം നിന്നു. എന്ത് മണമാണ് ഈ മരത്തിൻ ചോട്ടിൽ. ഇവിടെയിരുന്ന് ചിലപ്പോൾ വിജയൻ മാഷ് മലയാളം ക്ലാസെടുക്കാറു ണ്ട്. അന്നേരം കാറ്റിന്റെ സുഗന്ധവും മാഷുടെ വർത്തമാനവും ആ തണലിൽ ലയിച്ച് വല്ലാത്തൊരു സുഖം സമ്മാനിക്കാറുണ്ട്. നിതിൻ പുഞ്ചിരിക്കുന്നത് കണ്ട് ദേവൂട്ടൻ ചോദിച്ചു.

'എന്താടാ നിനക്ക് പ്രാന്തായോ....?'

'എനിക്കല്ല, നിനക്കല്ലേ പ്രാന്ത്.......'

'അതേ, നമുക്കു രണ്ടാക്കും പ്രാന്താണ്. അത്പോട്ടെ, നമുക്ക് മറ്റ് നാലാളെ തപ്പാം.. വാ...' അവര് രണ്ടുപേരും കൂച്ച്കെട്ടി നടന്നു.

# അമ്പാടി

അപ്പുവും ദേവൂട്ടനും, അവരുടെ മനസ്സിൽ സ്കൂളിലെ താരങ്ങളായി. അവരവർ പലതും ചിന്തിച്ചുകൂട്ടിയെങ്കിലും ഒറ്റ ഉദ്ദേശത്തിൽ അവർ ഒന്നിച്ചു നീങ്ങി.

'അരമണിക്കൂറിനുള്ളിൽ എല്ലാം ശരിയാക്കണം.' ദേവൂട്ടൻ അപ്പുവിനോട് പറഞ്ഞു.

അപ്പു: 'നമുക്ക് ഭഗത്തിനെ ഒന്ന് മുട്ടാം. കുറച്ച് ജാഡയെല്ലാം പറയും. എന്നാലും ഒരു ടീമാക്കാൻ പറ്റും. എന്താ നിന്റെ അഭിപ്രായം. ?. അല്ല, നിനക്കെന്ത് അഭിപ്രായം അല്ലെ'.

ദേവൂട്ടൻ 'ഓ, എനിക്ക് അഭിപ്രായമില്ലാതെ', ശക്തമായ തീരുമാനം എടുക്കാനും അത് നടപ്പിൽവരുത്താനും കഴിവുള്ള ഒരു പുരുഷനാണ് ഞാൻ എന്ന് പറഞ്ഞ് മീശ പിരിക്കാൻ നോക്കി.

'ടേ, ആട ഒന്നും വന്നിനില്ലടാ, വിട്', അപ്പു പറഞ്ഞു.

അന്നേരം ഭഗത് 'ആൺകുട്ടികളുടെ ടോയ്ലറ്റ്' എന്ന് ബോർഡ് എഴുതിവച്ച ഭാഗത്ത് നിന്ന് നടന്നുവരുന്നത് രണ്ടുപേരും കണ്ടു. അവർ അവിടേക്ക് വച്ചുപിടിക്കുകയും അറ്റാക്ക് ചെയ്യുകയും ചെയ്തു.

അപ്പു ഭഗത്തിന്റെ ഒരു ചെവിയിൽ നുള്ളി. തിരിഞ്ഞുനോക്കുമ്പോൾ ദേവൂട്ടൻ മറ്റേ ചെവിയിൽ നുള്ളി. വീണ്ടും തിരിഞ്ഞപ്പോൾ അവർ മൂവരും ഒന്നായി.

'എനിക്ക് വേദനിച്ചൂട്ടോ..' ഭഗത് പറഞ്ഞു.

'ഓ.. ഒരു വേദനക്കാരൻ, പോടാ.. ഇനി എത്ര വേദനിക്കാനിരിക്കുന്നു... ങാ, അതുപോട്ടെ,. ഒരു വലിയ വേദനയും അതിനപ്പുറത്തെ സുഖവും ഒരുമിച്ചു തരുന്ന ഒരു പരിപാടിയുമായാണ് ഇതാ ഈ കൊരങ്ങൻ താങ്കളെ കാണാൻ വന്നത്'. നിതിൻ ദേവൂട്ടനെ ചൂണ്ടിപ്പറഞ്ഞു.

ഭഗത്തിനെ വീട്ടിൽ വിളിക്കുന്നത് അമ്പാടി എന്നാണ്. 'അമ്പാടീ' എന്ന് അവന്റെ അച്ഛൻ വിളിക്കുമ്പോൾ അമ്പാടി നീട്ടി വിളികേട്ട് ഓടിവരും. അത് പണ്ടേ അങ്ങനെയാണ്. അമ്പാടിക്ക് അച്ഛനെ വല്യ ഇഷ്ടം, ഒരുപക്ഷേ അമ്മയോടുള്ളതിനേക്കാൾ ഇഷ്ടം. അവന്റെ അച്ഛൻ നാട

കത്തിൽ അഭിനയിക്കും. ആ ഡയലോഗുകളൊക്കെ അമ്പാടിയെക്കൊണ്ട് പറയിക്കും. ചിലപ്പോൾ അഭിനയിപ്പിക്കും. ചെറുപ്പത്തിലേ തുടങ്ങിയതാണ്. അതുകൊണ്ട് ഭഗത്തിന് അഭിനയവും അറിയാം. സംഭാഷണങ്ങൾ ശരിയായ രീതിയിൽ പറയാനൊക്കെ ത്രാണിയായി. ഒരുദിവസം സ്റ്റാഫ് റൂമിനടുത്തുകൂടി നടന്നുപോകുമ്പോൾ വിജയൻമാഷ് രാഘവൻമാഷോട് പറയുന്നത് കേട്ടു. പിന്നെ ഭഗത്തിനെ ക്ലാസിലെല്ലാവർക്കും നല്ല ഇഷ്ടമാണ്. 'സയൻസിന്റെ നോട്ടിൽ ചിത്രം വരക്കാൻ മാഷ് പറഞ്ഞാൽ കുച്ചുകാരെല്ലാം ഓനേക്കൊണ്ട് വരപ്പിക്കും.' ഒരിക്കൽ നിവേദ്യ പറയുന്നത് കേട്ടു.

കേൾക്കാനും ചിലരുണ്ട് സ്കൂളിൽ, അവർ കേൾക്കുക മാത്രം ചെയ്യും. എന്നിട്ട് കേൾപ്പിക്കുകയും ചെയ്യും. ഒന്നും സ്വന്തമായി ഉണ്ടാക്കില്ല. സകലതിന്റെയും കുറ്റവും കുറവും എണ്ണിയെണ്ണി ടീച്ചറോടും മാഷോടും പറ്റുമെങ്കിൽ അവരുടെ വീട്ടുകാരോടും പറയും.

ഭഗത്തിന് അതിലൊന്നും താല്പര്യമില്ല. അവന്റെ ചിത്രങ്ങൾ രാഷ്ട്രീയ നേതാക്കളുടെതല്ല. അദ്ധ്യാപകരുടെയും ഇഷ്ടപ്പെട്ട പാട്ടുകാരുടെയുമാണ്. ഭഗത് ഈയ്യിടെയായി ഒരു ഡോട്ട് പെയിന്റ് ചിത്രങ്ങൾ വരക്കുന്ന മാഷെ പരിചയപ്പെട്ടിരുന്നു. സുരേഷ് അന്നൂർ. അദ്ദേഹം ഏതൊരു വ്യക്തിയുടെയും ചിത്രങ്ങൾ കുത്തിലൂടെ വരക്കും. ഓരോ കുത്തും മനോഹരമാണെന്നും അതിന് ഒരുപാട് പണത്തേക്കാൾ മൂല്യമുണ്ടെന്നും അദ്ദേഹം പറഞ്ഞുകൊടുത്തു. അന്നുമുതൽ ഡോട്ട്പെയിന്റ് ആർട്ടിസ്റ്റ് സുരേഷ് അന്നൂരിന്റെ ഫാൻ ആണെന്ന് മറ്റുള്ളവർ പറഞ്ഞുതുടങ്ങിയിട്ടുണ്ട്. ടാ പറയുന്നത് ശരിക്കു കേൾക്കണം. നീ ഒരു മഹാ സംഭവമാകാൻ പോവുകയാണ്.

പറയട്ടേ, ദേവൂട്ടൻ പറഞ്ഞു നമ്മൾ ഒരു സമ്മാനം കൊടുക്കുന്നു. നിനക്ക് ഇഷ്ടമുള്ളത്. അതിന്റെ ഒരു തീരുമാനം. ഇപ്പോ ബെല്ലടിക്കും. നീ ഓകെ പറഞ്ഞാമതി. ബാക്കിയെല്ലാം പിന്നെ അങ്ങ് ചെയ്യും. ഇപ്പം ഓകെ പറ.

ബെല്ലടിച്ചതും ഭഗത് ചാടി ക്ലാസിൽ കയറി. ക്ലാസിലെത്തുന്നതിനു മുൻപ് അവൻ കൈകൊണ്ട് ഒരു ആംഗ്യം കാണിച്ചു. ഓക്കേ....

'അത് മതിടാ'.... നിതിൻ പറഞ്ഞു...

'അതുമതി'- ദേവൂട്ടനും പറഞ്ഞു.

'ഇനി നമുക്ക് വൈകുന്നേരം കാണാം...'

ക്ലാസ് തുടങ്ങി ക്ലാസിലെല്ലാവരും ഗൗരവത്തിലാണ്. ദേവൂട്ടനും അപ്പുവും ക്ലാസിലേക്ക് എത്തിനോക്കി. മാഷ് വന്നിട്ടില്ല. പിന്നെന്തേ

ഇത്ര ഗൗരവം.. ? അവൻ വാതിൽക്കൽ നിന്ന് മുൻ ബഞ്ചിലിരിക്കുന്ന ദേവയാനിയോട് കണ്ണിൽ ചോദിച്ചു. അവൾ കണ്ണ് ബ്ലാക് ബോർഡിനു ചുവട്ടിൽ നിശ്ശബ്ദം നിൽക്കുന്ന ക്ലാസ് ലീഡറിന്റെ മുഖത്തേക്കിട്ടു. അപ്പു ഏന്തിവലിഞ്ഞ് അങ്ങോട്ടുനോക്കി. ക്ലാസ് ലീഡർ ദിവാകരൻ ശ്വാസം വിടാതെ അവിടെ അങ്ങനെ നിൽക്കുന്നു.

ദിവാകരന് അപ്പുവിനേയും ദേവനേയും പേടിയാണ്. ഒന്നും പറയില്ല. പറയാനാകാത്ത ക്ലാസ് ലീഡർ. ഇവൻമാർ എന്ത് ചെയ്താലും ദിവാകരൻ പറയുന്ന ഒരു വാക്കുണ്ട്.

'ടാ വെറുതേ എന്നെ പറയിക്കല്ലെടാ'... പ്ലീസ്.'

അവൻ വാതിൽക്കൽ തന്നെ ഒരുനിമിഷം നിന്നു. വരാന്തയിൽ കൂടി ഒന്ന് രണ്ട് കുട്ടികൾ തങ്ങളെപ്പോലെ വൈകിവന്നവർ കുണ്ഠിതപ്പെട്ട് തമാശകലർന്ന നോട്ടത്തിലൂടെ നിതിനെയും ദേവാനന്ദിനെയും നേരിട്ടു. ക്ലാസ് തുടങ്ങുന്ന സമയം അടുത്തെത്തിയപ്പോൾ അതാ വരുന്നു ലളിത ടീച്ചർ.

ലളിത ടീച്ചർ സാമൂഹ്യപാഠമാണ് പഠിപ്പിക്കുന്നത്. അത് ശരിക്കും ഒരു സാമൂഹ്യപാഠം തന്നെയാണ്. രണ്ടുപേരും ക്ലാസിലെത്തി രണ്ടു ബഞ്ചുകളിലായി ഇരിപ്പുറപ്പിച്ചു. ലീഡറെ മൈന്റ് ചെയ്യാതെയായിരുന്നു പരാക്രമം.

ലീഡർ ചോദിച്ചു, ' ആരോട് ചോദിച്ചിട്ടാ ക്ലാസിൽ കയറിയത്...? നിതിൻ: ഞങ്ങൾക്ക് ക്ലാസിലേക്ക് കയറാൻ ആരോടെങ്കിലും ചോദിക്കണോ കാട്ടൂസേ... ദിവാകരനെ അവന്റെ വീട്ടിലും നാട്ടിലും എല്ലാവരും ദിവാകരൻ എന്നു വിളിക്കുമെങ്കിലും ക്ലാസിൽ അവൻ അറിയപ്പെടുന്നത് 'കാട്ടൂസ്' എന്ന പേരിലാണ്. കറുത്ത് പോത്തിനെപ്പോലെ ഉശിരുള്ള ബോഡിയാണവന്റേത്. അവൻ കേൾക്കാതെ എല്ലാവരും അവനെ വിളിക്കും. ആദ്യം അതവന് മനസ്സിലായില്ല, പിന്നെ ഒരുദിവസം സ്കൂൾ പറമ്പിലെ കിണറിലേക്ക് മേയാൻവിട്ട ഒരു പോത്ത് വീണദിവസം അത് അവന് മനസ്സിലായി.

പാടിക്കീൽ ഭാഗത്തെ ഒരു കർഷകന്റെ രണ്ട് ജോഡി പോത്തുകളിൽ ഒന്നാണ് കാൽതെറ്റി ആൾമറയില്ലാത്ത കിണറ്റിൽ വീണത്. അന്ന് അത് നോക്കാൻ എല്ലാവരും കിണറ്റിൻകരയിലേക്ക് പാഞ്ഞപ്പം കണക്ക് മാഷും മുകുന്ദൻ മാഷും കണ്ണുരുട്ടി പേടിപ്പിച്ചതുകൊണ്ട് കുട്ടികളെല്ലാം ക്ലാസിലേക്ക് പാഞ്ഞുപോയി. ബാക്കിയായത് ദിവാകരൻ മാത്രം. അവന് അത്രവേഗം നടക്കാൻ പറ്റില്ല. പോളിയോ കാലാണ് ഓന്റേത്. അന്നേരം മറ്റേ നാരായണൻ വിളിച്ചു, 'എടാ പോത്തേ' വേഗം നട

ക്ക്ന്ന്.

'പോത്ത് നിന്റച്ഛൻ നായീന്റെ മോനേ' ദിവാകരൻ പറഞ്ഞു. ഓ, നീ പോത്തല്ല കാട്ടൂസ്... എടാ കാട്ടൂസ് എന്നുപറഞ്ഞാൽ അറിയോ നിനക്ക്, അത് കാട്ടുപോത്ത്ന്നാ..കൊരങ്ങൻ. കാട്ടൂസ് കാട്ടൂസ് എന്നത് തന്റെ പേരണെന്ന് അവൻ ആദ്യമായി മനസ്സിലാക്കി.

പിന്നെ ആരെങ്കിലും എന്തെങ്കിലും പറഞ്ഞാൽ അതിൽ പോത്തു ണ്ടെങ്കിൽ അവന് സങ്കടാവും.

പോത്തന്, അല്ല, കാട്ടൂസിന് ഉത്തരം കിട്ടാതെ ദേഷ്യപ്പെട്ട് വിയർക്കു ന്നതിന് മുൻപ് ലളിത ടീച്ചർ ക്ലാസിലെത്തി.

ലളിത ടീച്ചർ ഒരു ടീച്ചർ മാത്രമല്ല, ഒരമ്മയും സുഹൃത്തുമൊക്കെ യാണ്. കഴിഞ്ഞ അസംബ്ലിയിൽ ശിശുദിനത്തിന്റെ അന്ന് ടീച്ചർമാരെ ക്കുറിച്ച് എന്തെങ്കിലും പറയാനുണ്ടോ എന്ന് ഹെഡ്മാസ്റ്റർ ചോദിച്ച പ്പോൾ നിവേദ്യയാണ് ധൈര്യം കാണിച്ചത്. അവൾ നേരേ വന്ന് പറ യുമ്പോ എല്ലാവരും വിചാരിച്ചത് എന്തെങ്കിലും കുറ്റം പറയാൻ വന്ന താണെന്നാണ്. പക്ഷേ അവൾ പറഞ്ഞുകഴിഞ്ഞപ്പോൾ എല്ലാവർക്കും കണ്ണീർ വന്നു.

നിവേദ്യക്ക് ഒരുപാട് പറയാൻ പറ്റും അത് വീട്ടിൽനിന്ന് തന്നെ കിട്ടിയതാണ്. അച്ഛനും അമ്മയും നല്ലോണം വായിക്കും കൂടാതെ നിവേദ്യക്ക് വായിക്കാൻ വീട്ടില് കുറേ പുസ്തകങ്ങളും ഉണ്ട്. അതിന പ്പുറം അവര് വൈകുന്നേരങ്ങളിൽ ഒരുമിച്ചിരുന്ന് വർത്തമാനം പറയും. അന്നേരം സ്കൂളിലെ സകല കാര്യങ്ങളും അവൾ പറയും അച്ഛനും അമ്മയും കേട്ടിരുന്ന് ആസ്വദിച്ചു. ചിരിക്കും ചിലപ്പോൾ കുറ്റപ്പെടുത്തും മറ്റുചിലപ്പോൾ ദേഷ്യപ്പെടും അതെല്ലാം അവൾക്കിഷ്ടമാണ്. ' നിന്നെ ദേഷ്യപ്പെടുത്തുമ്പോൾ നിനക്ക് സങ്കടാവൂലെ' ഒരുദിവസം നിഹാര അവളോട് ചോദിച്ചു.

ആതെ, സങ്കടാവും അന്നേരം അമ്മ എന്റെ മുഖം പിടിച്ച് ഒരു ഉമ്മ തരും.എല്ലാം ശരിയാകും. എന്നിട്ട് പറഞ്ഞുതരും മോള് സങ്കടപ്പെടേണ്ട കെട്ടോ, ഇത് പിന്നെ ഓർമ്മിക്കാൻ വേണ്ടി പറയുന്നതാണ് ട്ടോ ന്ന്

നിവേദ്യ സ്റ്റേജിനടുത്ത് വന്ന് തൊട്ടുവന്ദിച്ച് മൈക്കിൽപിടിച്ചു എന്നിട്ട് പറഞ്ഞത് എല്ലാം ലളിതടീച്ചറെക്കുറിച്ച് മാത്രമായിരുന്നു.

അവൾ പറഞ്ഞു ലളിത ടീച്ചറാണ് എനിക്ക് എന്തെങ്കിലും പറയാൻ ശക്തി തന്നത്. അവർ ഒരു ടീച്ചർ മാത്രമല്ല. ഒരമ്മയാണ് അവർഎന്റെ എന്തെല്ലാമോ ആണ്. കൂടുതൽ പറയുന്നില്ല, ഒരു കാര്യം മാത്രം പറയാം ഞാൻ കണ്ടതാണ് അവർ നിത്യേന അങ്ങനെ ചെയ്യാറുണ്ടെന്ന്

പിന്നീടാണ് ഞാനറിഞ്ഞത്. ആരേയും അറിയിക്കാതെ ചെയ്യുന്ന ഒരു ദൈവാണ് ടീച്ചർ. ഒരുദിവസം ഏഴ് എയിൽ പഠിക്കുന്ന വിവേകിന്റെ ചോറ്റുപാത്രം തുറന്നുനോക്കി, അതിൽ തന്റെ പാത്രത്തിലെ ഭക്ഷണ ത്തിൽ നിന്ന് കുറച്ച് അതിലേക്കിട്ട് അടച്ചുവച്ച് ഒന്നും കാണാത്ത ഭാവ ത്തിൽ പോകുന്നത് ഞാൻ കണ്ടു. ഞാനെന്നിട്ട് വിവേകിനോട് ചോദി ച്ചു. അപ്പോൾ അവൻ പറഞ്ഞത് എനിക്ക് വലിയ ഒരത്ഭുതമായി.

വിവേക് പറഞ്ഞത്, അവനോട് ഒരുദിവസം ലളിതടീച്ചർ ചോദി ച്ചു. 'മോനെന്താ ഉച്ചക്ക് ദൂരെ പോയിരിക്കുന്നത്..? അവൻ പറഞ്ഞു, എനിക്ക് ആ സമയത്ത് പണിയൊന്നുമില്ലാന്ന്'

'ഉച്ച ഭക്ഷണം കഴിക്കണ്ടേ'

ഭക്ഷണം കൊണ്ടുവന്നില്ല, പിന്നെ എല്ലാവരും ചോദിക്കുമ്പം... അതു കൊണ്ടാണ്. പാത്രം മാത്രം കൊണ്ടുവരും .

'മോന് എന്നെ ഇഷ്ടമാണോ..? '

'ഒരുപാട് ഇഷ്ടമാണ് ടീച്ചറെ എന്താ...?'

'നാളെ മുതൽ നിന്റെ പാത്രത്തിൽ ദൈവം ചോറ് കൊണ്ടത്തരും' അതും പറഞ്ഞ് ടീച്ചർ തന്റെ പോളിയോ ബാധിച്ച കാലും കൊണ്ട് പതിയെ നടന്നു

അത് ശരിയായി നിവേദ്യേ, ശരിക്കും. പിറ്റേന്ന് മുതൽ ഉച്ചസമയ മാവുമ്പോൾ എന്റെ പാത്രത്തിൽ ദൈവം ചോറ് കൊണ്ടത്തരുന്നുണ്ട്.

ഇനി ഞാനൊന്നും പറയുന്നില്ല, ലളിത ടീച്ചർ എല്ലാവരേയും കാണു ന്നുണ്ട്. എല്ലാം അറിയുന്നുണ്ട്. എല്ലാം പരിഹരിക്കാൻ ശ്രമിക്കുന്നു ണ്ട്. സാമൂഹ്യപാഠം ഒരു സമൂഹത്തിന്റെ പാഠശാലയാണെന്ന് ബോദ്ധ്യ മുള്ള ഒരു ടീച്ചറാണവർ. അവർ ക്ലാസ്സെടുക്കുന്നത് എല്ലാവർക്കും വല്യ ഇഷ്ടമാണ്.

'എന്റെ മക്കളെല്ലാം ഒന്നെണീറ്റെ' ലളിതടീച്ചർ പറഞ്ഞു എല്ലാരും അനുസരിച്ചു.

ഇന്ന് നമ്മൾ ഒരു പുതിയ കാര്യം ചെയ്യുന്നു, ഓകെ, ആർക്കെ ങ്കിലും എതിർപ്പുണ്ടോ.. ഉണ്ടെങ്കിൽ ഇപ്പം പറയണം. പറഞ്ഞോ.. മടി ക്കണ്ട, ഇത് നിർബന്ധമൊന്നുമല്ല, താല്പര്യമുണ്ടെങ്കിൽ മാത്രം കൂടി യാൽ മതി.

ആരും കൈ പൊന്തിച്ചില്ല, എല്ലാവർക്കും താല്പര്യം. ലളിതടീച്ച റുടെ കാര്യമങ്ങനെയാണ്. എന്ത് പരിപാടി ഇട്ടാലും എല്ലാവരും കൂടും. ടീച്ചർ ഒരിക്കലും നിർബന്ധിക്കില്ല.

ടീച്ചർ പറഞ്ഞു, ആർക്കും എതിർപ്പില്ലെങ്കിൽ എല്ലാരും കൂടിക്കോ..

നമ്മളിന്ന് ഹിമാചൽപ്രദേശിലെ കുന്നുകൾ കാണാൻ പോകുന്നു.

അപ്പം വൈകുന്നേരം വീട്ടിലെത്തൂലെ..? ഒന്നുരണ്ട് വിദ്വാന്മാർക്ക് സംശയമായി.

ടീച്ചർ പറഞ്ഞു, അത് ശരി. കുന്നുകാണാൻ അവിടെ പോണോ.. നമുക്ക് ഈ സ്മാർട് ബോർഡിൽ നോക്കിയാ പോരേ ? അത് കണ്ടിട്ട് നിങ്ങൾ പറയണം നമ്മുടെ നാട്ടിലെ കുന്നുകളും അവിടുത്തെ കുന്നുകളും തമ്മിൽ എന്താണ് വ്യത്യാസം എന്ന്. എന്താ ഓകെ അല്ലേ..

ഓകേ ടീച്ചർ

ടീച്ചർ ബോർഡ് ഓൺചെയ്ത് ക്ലാസെടുക്കാൻ തുടങ്ങി, എല്ലാ കുട്ടികളും കാര്യങ്ങൾ പഠിച്ചെടുത്ത് ടീച്ചറോട് സംസാരിക്കാനുള്ള സമയത്തിനുവേണ്ടി കാത്തിരുന്നു. അവർ ഒരാളൊഴികെ എല്ലാവരും പറഞ്ഞു. ഉത്തരങ്ങളും തെറ്റുത്തരങ്ങളും നിറഞ്ഞ ഒരു ക്ലാസ്. പരാതിയും പരിഭവങ്ങളുമെല്ലാം ഒരു പുഞ്ചിരിയിൽ ടീച്ചർ ഒതുക്കിവെക്കുന്നു. എത്ര പഠിക്കാത്ത കുട്ടിയും ടീച്ചറുടെ ക്ലാസിൽ ഹാപ്പി.

അമ്പാടി എന്ന് വിളിപ്പേരുള്ള ഭഗത് ആ ചലഞ്ച് ഏറ്റെടുത്തെങ്കിലും അതിന്റെ ഗൗരവം അത്രക്കങ്ങ്ട് എത്തിയില്ല. അവൻ അതുതന്നെ ചിന്തിച്ചു. ക്ലാസ് കഴിഞ്ഞ് വൈകുന്നേരം എല്ലാവരും പോകാൻ നേരത്ത് അവർ ദേവാനന്ദിനെ പിടികൂടി.

'എടാ എന്താ നീ നേരത്തേ പറഞ്ഞത്'

'ങേ നീ അല്ലേ ഓക്കേ പറഞ്ഞത്'?

'അതെ,ഓക്കേ തന്നേ. പക്ഷേ ക്ലിയറാകണ്ടേ ?

'ടാ, ദേവാനന്ദ്, ദേവൂട്ടൻ പറഞ്ഞു. 'ടാ കൊരങ്ങാ, ഇത് വല്യ ആനക്കാര്യമൊന്നുമല്ല, നമ്മളൊരു ഇഷ്ടപ്പെട്ട ടീച്ചർക്ക് ഒരു സമ്മാനം നല്കുന്നു അത്രേ ഉള്ളൂ.. എന്താ വേണ്ടേ.. പേടിയാ. ?

'ഏയ്, ഭഗത് വളരെ സ്നേഹത്തോടെ പറഞ്ഞു .. ഇത് എനക്ക് ഒരുപാട് ഇഷ്ടമുള്ള കാര്യമല്ലേ... ഞാൻ റെഡി. ഞാനിന്നെന്നെ ഒരു കാര്യപ്പെട്ട സമ്മാനം മേണിക്കാൻ അച്ഛനോട് പറയാം നാളെ കൊണ്ടന്നാൽ പോരെ...'

ദേവൂട്ടനും അപ്പുവും വലിയ നേതാക്കളായ സമയമായിരുന്നു അത്. അവർ പറഞ്ഞു.

'എടാ പോത്തൻ ഗണേശാ.. നിന്റെ ഒരു ഒലക്ക സമ്മാനം, അതും അച്ഛനോട് പറഞ്ഞ് മേടിക്കാൻ, അതൊന്നും വേണ്ട, അത് വേണമെങ്കിൽ നമ്മക്ക് ഒറ്റക്ക് ചെയ്തുകൂടെ.. ? അതിന് ടീച്ചർമാർക്കെന്താ ദാരിദ്ര്യാ....?'

'നമ്മളുദ്ധേശിച്ചത് ഒറ്റക്ക് ഒരു പൈസപോലും വീട്ടിന്നു വാങ്ങാതെ അധ്വാനിച്ച് ഉണ്ടാക്കണം. പറ്റുമെങ്കിൽ കൂടിയാമതി.'

ഭഗത് ആകപ്പാടെ ചൂളി നിന്നു. എന്നിട്ട് പറഞ്ഞു.. 'ഓക്കെ..'

ദേവാനന്ദ് വീണ്ടും അവനെ അറ്റാക്ക് ചെയ്തു. ടേയ്, നമ്മൾ പത്തു പേരാണിതിൽ. പത്തുപേർ മാത്രം. എല്ലാവരോടും പറഞ്ഞ് വൈറലാക്കണ്ട.

'ഓഹോ, എല്ലാവരോടും പറഞ്ഞാൽ നാറുന്നകാര്യാ....?

എന്നാ നീ ഒറ്റക്ക് നാറിയാ മതി'. അവൻ ചിരിച്ചു. 'ടാ കോപ്പേ.. ഒരു ഇളി... കാണാൻ ഒരു പാങ്ങൂല്ലാ.. കാര്യം പറഞ്ഞാൽ കേൾക്കണം. ഇതൊരു സർപ്രൈസ് ആണ്'. അടുത്ത ദിവസം തന്നെ ഒരു മീറ്റിംഗ് കൂടുന്നുണ്ട്. അത് നിന്റെ വീട്ടിലായാൽ എങ്ങനെ ഉണ്ട്.. അത് പറ, എല്ലാരും റെഡിയാണ്. മീറ്റിംഗ് കൂടാനും ഭക്ഷണം തരാനും നീ ഓകെ അല്ലെ, ?

'ഹൊ, എനിക്ക് പറ്റില്ല, വീട്ടിൽ പറയാണ്ട് എങ്ങനെയാ , ചോയിച്ചു നോക്കാം. സാധിക്കുമെന്ന് തോന്നുന്നില്ല, നാളെ പറയാം ഓകെ..'

ഭഗതിനെ കയ്യിലെടുത്ത് നിതിനും ദേവാനന്ദും സ്കൂൾ ഗേറ്റിലേക്ക് നടന്നു. എല്ലാവരും അവരവരുടെ വണ്ടികളിലും റിക്ഷകളിലുമായി പോയി. ഇനിയും ടീമിൽ ആളുകൾ വേണം. അതിന് നാളെവരെ കാത്തിരിക്കണം. ഈവിധം ചിന്തകളോടെ ഗെയിറ്റിലേക്ക് നടക്കുമ്പോൾ അതാ വരുന്നു ഒരു ഇര, 'നമിഷ്'

ഈ കഴുതയെന്തേ പോയില്ലേ, നിതിൻ ആത്മഗതം ചെയ്തപ്പോൾ ദേവാനന്ദും അത് തന്നെ ചെയ്തു.

ഒന്നിച്ചു വിളിച്ചു.

'എടാ നമിഷ്, നീഎന്താ പോയില്ലേ'...?

'ഇല്ലെടാ, എന്നെ കൂട്ടാൻ വരുന്ന ഓട്ടോറിക്ഷാക്കാരന് എന്തോ സൂക്കേട്, വന്നില്ല.. ഇനി നടക്കണം, സ്കൂള് ഓഫീസിലേക്ക് വിളിച്ചു പറഞ്ഞു. വെറുതെ, അയാൾക്ക് ലൂസ് മോഷനായിരിക്കും. ങാ എന്തെങ്കിലുമാവട്ടെ നീ കാര്യം പറ'.

നിതിൻ ദേവാനന്ദിനെ തൊട്ടുപറഞ്ഞു. 'അല്ല നീ അല്ലേ ലീഡർ, നീ തന്നെ പറ, ദേവാനന്ദ് ഒഴിഞ്ഞുമാറി. നമിഷ് ഇടപെട്ടു, പറടോ ഒന്നു വേവലാതി ആക്കാണ്ട്, വാ' നിതിൻ അവനെ കൂട്ടിക്കെട്ടി നടന്ന് ഗെയിറ്റിന് പുറത്തെത്തിച്ചിട്ട് കാര്യം പറഞ്ഞു.

'ഞാനോക്കേ' നമിഷ് പറഞ്ഞു.

'ഇനി നമുക്ക് രണ്ടുപേർ കൂടി വേണം, നിന്റെ മനസ്സിൽ ആരെങ്കി

ലുമുണ്ടോ..'?

'ങ്ും.... അവൻ ചിന്തകനായി കണ്ണുരുട്ടി മേലോട്ടിട്ട് തലയല്പം ചെരിച്ച് കൈവിരൽ ആകാശത്തേക്ക് ചൂണ്ടി നമിഷ് പറഞ്ഞു.

'എനിക്കുതോന്നുന്നു നമുക്ക് ആ നൗഫൽ.....?'

'നൗഫലോ, ആ തടിയനോ..? അത് ശരിയാവൂല'. നിതിൻ പറഞ്ഞു. 'അവൻ തടിയനായ്കോട്ടെ, പക്ഷേ ബുദ്ധിയുണ്ടെങ്കിൽ അത് നമ്മൾക്ക് പറ്റും. അവനെ അങ്ങനെ ഒഴിവാക്കണ്ട'. ദേവൂട്ടൻ ഇടപെട്ടു പറഞ്ഞു.പിന്നെ അവരെല്ലാം ചിന്തിച്ചതും പ്രവർത്തിച്ചതും ഒരേഒരു കാര്യം മാത്രം.പത്താൾ കൂടി ഒരു വലിയ സമ്മാനം ഒരു വലിയ ടീച്ചർക്ക് കൊടുക്കുന്നു. അതിന്റെ ആദ്യവും അവസാനവും ആവർ മാത്രമായിരിക്കണം. ഗേറ്റിലേക്ക് വൈകുന്നേരം നേരിയ നിഴൽ പരത്തി. ആൽമരത്തിന്റെ ചുവട്ടിൽ കൊതുകുകൾ ഒച്ചയാക്കി പാറാൻ തുടങ്ങി വയലിൽ നെൽകതിരുകളിലും ചെളിനിറഞ്ഞ വരമ്പത്തും മഞ്ഞുകണങ്ങൾ വിശ്രമിക്കാൻ തുടങ്ങി. അന്നേരം അവർ രണ്ടുപേരും വീടുപിടിക്കാൻ വേണ്ടി നടന്നു... പിരിയുന്ന നേരത്തും അവർ ചിന്തിച്ചത് ഒരേ കാര്യം. 'സമ്മാനം'

# ആദ്യ യോഗം

സമ്മാനഗ്രൂപ്പ് പ്രവർത്തനം തുടങ്ങി. അതിനുമുമ്പേതന്നേ ഒരു വെള്ളിയാഴ്ച ഉച്ചസമയത്ത് ഗ്രൂപ്പംഗങ്ങളെല്ലാം വേഗത്തിൽ ഭക്ഷണം കഴിച്ച് നിശ്ചിത സ്ഥലത്ത് സമ്മേളിച്ചു. നിതിൻ മുന്നിൽ നടന്ന് ലൈബ്രറിയുടെയും ലാബിന്റെയും ഇടയിലുള്ള ഗ്യാപ്പിൽ നിന്നു. ബ്രേക് ചവിട്ടിയതുപോലെ അവന്റെ പിന്നാലെ ഓരോരാളും നിന്നു. നിതിൻ പട്ടാളക്കാരനെപോലെ തിരിഞ്ഞുനിന്നു. ബാക്കിയുള്ളവർ അതേപടി നിന്നു. അങ്ങനെ നിതിൻ അവരുടെ നേതാവായി.

'നമ്മുടെ ഈ പരിപാടി മറ്റാരും അറിയരുത്. അതുകൊണ്ട് നമ്മുടെ മീറ്റിംഗുകളും രഹസ്യമായിരിക്കണം. കൂടുതൽ സമയമെടുക്കാൻ പറ്റില്ല. ഒഴിവുദിവസം നമുക്ക് കൂടാൻ പറ്റ്വോ..?' നിതിൻ ചോദിച്ചു.

'യ്യോ, ഒഴിവുദിവസം എന്ത് പറഞ്ഞിട്ടാ വീട്ടിൽനിന്ന് ഇറങ്ങുക.?' നദയ്ക്കായിരുന്നു ആ സംശയം. കുഞ്ഞൂട്ടൻ എത്ര പെട്ടെന്നാണ് അത് ദൂരീകരിച്ചത്. അവൻ കാരണവരെപ്പോലെ കോളർ പിന്നോട്ട് ഉയർത്തിക്കൊണ്ട് നിശബ്ദരാകാൻ ആഗ്യം കാട്ടി. എന്നിട്ട് പതിയെ പറഞ്ഞു. നിന്റെ വീട്ടിൽതന്നെ യോഗം ചേർന്നൂടെ, ഞങ്ങൾ അങ്ങോട്ട് വന്നാപ്പോരെ, എല്ലാവർക്കും ഓരോ ശാപ്പാട് കൊടുക്കാൻ നിന്റെ ഉമ്മ സമ്മതിക്കില്ലേ..?

എന്തിനാ എല്ലാവരും വരുന്നതെന്ന് ഉമ്മ ചോദിക്കില്ലേ.. 'അതിന് നിന്റെ ബർത്ത്ഡേ അല്ലേ ?'

എന്റെ ബർത്ത്ഡേ ഏപ്രിലിലാ, അതൊന്നും നടക്കില്ല.

തുടർന്ന് ഭഗതാണ് സംസാരിച്ചത്, അവൻ പറഞ്ഞു. ഇതിങ്ങനെ പോയാൽ ഒന്നും നടക്കില്ല, നമുക്ക് സത്യം പറഞ്ഞാൽ പോരെ, എന്തിനാ കള്ളം പറയുന്നത്. നമ്മുടെ കാര്യം നമ്മുടെ രക്ഷിതാക്കളോട് തുറന്നുപറയാം അവർ ആരോടും പറയില്ല. എന്താ വേണ്ടത് എന്നതും അവർ പറഞ്ഞുതരും. ഈ രക്ഷിതാക്കളെ ഒളിച്ചുകളിക്കുന്നത് ഏതായാലും നല്ലതല്ല. അവരെന്തായാലും അറിയും. നമ്മൾ പറയാതെ അവരറിഞ്ഞാൽ അത് നാണക്കേട് മാത്രമല്ല കുരുത്തക്കേടും കൂടിയാണ്. അത് പിന്നെ മാഷമ്മാരും അറിയും. പിന്നെ നമ്മുടെ പരി

പാടി പൊളിഞ്ഞില്ലേ, അതുകൊണ്ട് ഇന്നുതന്നെ മയത്തിൽ നമ്മുടെ വീട്ടുകാരോട് പറയുന്നു. അത് നാളെ നമ്മൾ ഷെയർ ചെയ്യുന്നു. ഓക്കെ, എല്ലാവരും ഭഗത്തിനെ ലീഡറാക്കി ഒന്നിച്ചു പറഞ്ഞു. 'ഓക്കേ ബോസ്, ഇന്ന് യോഗം പിരിച്ചുവിട്ടു. ഗോ റ്റു യുവർ ക്ലാസസ്. ദേവൂട്ടന്റെ ഡയലോഗ്.

ഒരു വലിയ കാര്യം ഭംഗിയായി സാധിച്ചതിന്റെ ചാരിതാർത്ഥ്യത്തോടെ മറ്റ് വർത്തമാനങ്ങളൊന്നുമില്ലാതെ ഗൗരവത്തിൽ നടന്ന് ബെല്ലടിക്കുന്നതിനു മുമ്പ് തന്നെ അവർ ക്ലാസിലെത്തി.

വൈകുന്നേരം വരെ ആരും അതിനെക്കുറിച്ച് സംസാരിച്ചില്ല. ഒരു വലിയ സംഗതി ഒതുക്കിപ്പിടിക്കാനുള്ള വെപ്രാളമുണ്ടായിരുന്നെങ്കിലും അവർക്ക് സാധിച്ചു. നിസ്സാരമെന്ന് തോന്നിക്കുന്ന ഒരു കാര്യം എത്ര ഗുരുതരമായ മാനസിക സംഘർഷം ഉണ്ടാക്കുന്നു എന്ന് മുബീന ഓർത്തു. പണ്ട് വീടിനടുത്തുള്ള പള്ളിയിൽ മതപ്രസംഗത്തിനു വന്ന ഏതോ വലിയ ഉസ്താദ് പ്രസംഗത്തിനിടയിൽ പറഞ്ഞ ഒരു കഥ അവളോർത്തു.

ഒരു പ്രായംകൂടിയ ഉസ്താദ് എന്നും വൈകുന്നേരം ഗ്രാമത്തിലൂടെ നടന്ന് ഒരു മരത്തിന്റെ ചുവട്ടിലിരിക്കും അന്നേരം അവിടെ കുറേ കുട്ടികളും വന്നിരിക്കും. അത് ഒരു ശീലമായതോടെ കുട്ടികള് വൃദ്ധനോട് ഓരോന്ന് മിണ്ടാനും പറയാനും തുടങ്ങി. ഒരുദിവസം ഒരുകുട്ടി വൃദ്ധനോട്  ഒരു ചോദ്യം ചോദിച്ചു. അപ്പൂപ്പാ നിങ്ങൾ രാത്രി ഉറങ്ങുമ്പോൾ ഈ താടി പുതപ്പിനകത്ത് വെക്കുമോ അല്ല, പുതപ്പിന് പുറത്ത് വെക്കുമോ.. അതായിരുന്നു ചോദ്യം.

ഈ ചോദ്യം കേട്ട വൃദ്ധൻ ആകപ്പാടെ വിഷമത്തിലായി. അതിന്റെ ഉത്തരം നാളെ പറഞ്ഞുതരാമെന്ന് പറഞ്ഞ് അന്ന് രക്ഷപ്പെട്ടെങ്കിലും അന്ന് രാത്രി അദ്ദേഹത്തിന് ഉറക്കം നഷ്ടപ്പെട്ടു. അതുപോലെ സമ്മാനം ഒരു പ്രശ്നം തന്നെ. അതുകൊണ്ട് വലിയ പ്രശ്നങ്ങൾ തലയിലേറ്റാതെ മറ്റൊരാളോട് ഉപദേശം ചോദിക്കുന്നത് തന്നെ നല്ലത്. ഭഗത്തിന് ഇത് നേരത്തെ അറിയാമായിരുന്നു. ഒരു പക്ഷേ ആൺകുട്ടികൾ വേഗം കാര്യങ്ങൾ പഠിക്കുമായിരിക്കും... മുബീന ചിന്തിച്ചു.

പെട്ടിക്കടയും പൂട്ടി ടോർച്ചും ഉച്ചക്കഞ്ഞിയുടെ പാത്രം കയറ്റിവച്ച ചാക്കുമായി ഉപ്പ വരുന്നതുവരെ കാര്യം ഉമ്മയോട് പോലും പറയാതെ മുബീന അടക്കിവച്ചു. ഉപ്പ വന്ന് കൈയ്യും കാലും കഴുകി ഇറയത്ത് കസേരയിൽ ഇരുന്ന് മുബീനയെ നോക്കിപ്പറഞ്ഞു.

'എന്താ മോൾക്ക് ഒരു തൊറസ്സില്ലാത്തതുപോലെ, നീ പോയി ഉപ്പാന്

ഒരു ക്ലാസ് വെള്ളം കൊണ്ടാ.. നമ്മളൊന്ന് ഉഷാറാവട്ട്. മുബീന താല്പര്യത്തോടെ അടുക്കളയിലേക്ക് നടന്നു. അന്നേരം മുബീനയുടെ ഉമ്മ ചായ തിളപ്പിക്കുന്നുണ്ടായിരുന്നു. മുബീന മനസ്സിൽ കൂട്ടി, ചായയും കൊണ്ട് ഉമ്മ ഉപ്പാന്റെ അടുത്ത് വരുമ്പം സംഗതി ഔട്ടാക്കാം.

ഉപ്പാക്ക് വെള്ളം കൊടുക്കുമ്പോൾ അവൾ അയാളുടെ നരവന്നു തുടങ്ങിയ തലയിലേക്ക് നോക്കി. കുറേ ഭാഗം കഷണ്ടിയാണ്. കുറെ മുടി നരച്ചിട്ടുമുണ്ട് . ഞാനും വയസ്സാകുമ്പോൾ ഇങ്ങനെയായിരിക്കും ഈ ഉപ്പയും ഉമ്മയും പണ്ട് സ്കൂളിൽ പോയിട്ടുണ്ടാവില്ലേ അന്നേരം അവർക്കും ഇതുപോലെ ഒരു പ്രശ്നം ഉണ്ടായിട്ടുണ്ടാവില്ലേ. അപ്പം തീർച്ചയായും ഇതെല്ലാം പരിഹരിക്കാൻ വഴി കണ്ടെത്തിത്തരും.

ഉമ്മ ചായ കൊണ്ട് വന്ന സമയത്ത് രണ്ടാളുടെയും മുന്നിലായി നിന്ന് മുബീന പറഞ്ഞു.

'ഉപ്പാ, ഉമ്മാ, എനിക്കൊരുകാര്യം പറയാനുണ്ട്, പറയട്ടേ,'

'നീ പറാടോ..' ഉപ്പ പറഞ്ഞു.

മുബീന കാര്യം പറഞ്ഞപ്പോൾ രണ്ടാളും മുഖത്തോട്മുഖം നോക്കി പുഞ്ചിരിച്ചു. എന്നിട്ട് അവളോട് പറഞ്ഞു.

'അയിന് എന്നാ പ്രശ്നം നിനക്ക് ഈടത്തന്നെ മീറ്റിംഗ് കൂടിക്കോറാ.. നമ്മള വക ചോറും കറിയും കൊടുത്തൂടെ എന്തേ, നിങ്ങളെ കൂച്ചുകാരെയെല്ലാം കാണാലോ നമ്മക്ക്. എന്തേ.. അയാൾ ഭാര്യയെ നോക്കി. അവിടെ പുഞ്ചിരി..

ഒരു കിലോ അരീന്റെ പ്രശ്നല്ലേയുള്ളൂ.. നമുക്ക് ശരിയാക്കാം.

മുബീനക്ക് അവളുടെ രക്ഷിതാക്കളെ ഏറ്റവും കൂടുതൽ ഇഷ്ടമായ ദിവസമായിരുന്നു അത്. പേടിച്ച് പേടിച്ചാണ് മുബീന കാര്യം പറഞ്ഞതെങ്കിലും ഇപ്പം എല്ലാം സന്തോഷത്തിലായി. ഇക്കാര്യം ഇനി പടയോട് പറയണമെങ്കിൽ നാളെ സ്കൂളിലെത്തണ്ടേ.. അവൾക്ക് നേരം പുലരാൻ കൊതിയായി.

ബാക്കിയുള്ളവരും അന്നേദിവസം വൈകുന്നേരവും രാത്രിയിലുമായി അവരവരുടെ വീടുകളിൽ പ്രശ്നം അവതരിപ്പിച്ചു. അവരെല്ലാവരും അതിന് സമ്മതിക്കുകയും ചെയ്തത് വീണ്ടും ഒരു പ്രശ്നമായി അവർക്കിടയിൽ നിറഞ്ഞു.

നൗഫലും എബിനുമാണ് പുതിയ മെമ്പർമാർ. അവരും അവരുടെ വീടുകളിൽ സമ്മാന സൂത്രം പ്രചരിപ്പിച്ചു. രക്ഷിതാക്കളെല്ലാം കുട്ടികളുടെ ഇത്തരം കാര്യങ്ങൾക്ക് പിന്തുണ നല്കുമെന്ന് പുതിയ ഒരു അറിവ് കിട്ടിയ ത്രില്ലിലായിരുന്നു എല്ലാവരും.

പക്ഷേ യോഗം ചേരാനുള്ള വീട് ശരിയായ സ്ഥിതിക്ക് വേഗം തന്നെ ഒന്നിച്ചിരുന്ന് എല്ലാകാര്യങ്ങളും തീരുമാനിക്കണം. അതിന് ഇനി തിങ്കളാഴ്ച വരെ കാത്തിരിക്കണം.

ശ്ശോ, ഒന്ന് വേഗം രണ്ട് ദിവസം കഴിഞ്ഞിരുന്നെങ്കിൽ എന്നായിരുന്നു പത്തംഗങ്ങളും അന്ന് ചിന്തിച്ചിരുന്നത്. അല്ലെങ്കിൽ കളിക്കാൻ കിട്ടിയ രണ്ട് ദിവസം ഇപ്പളെ തീരല്ലേന്ന് പ്രാർത്ഥിക്കുമായിരുന്നു. ആറ് ആൺകുട്ടികളും നാല് പെൺകുട്ടികളുമാണ് യോഗം ചേരാൻ പോകുന്നത്. അവരുടെ മനസ്സിൽ വലിയൊരു ഇലക്ഷന് നാമനിർദ്ദേശം നൽകിയത് പോലെ ചിന്തകൾക്ക് കനം വച്ചു.

നിതിൻ ഒരു വലിയ കുന്നിൻമുകളിൽ നിന്ന് താഴേക്ക് നോക്കി. താഴെ റോഡിൽ വാഹനങ്ങൾ പുഴുക്കളെപ്പോലെ സഞ്ചരിക്കുന്നു. അതിലെല്ലാം ആളുകളുണ്ടാവും. എവിടെയായിരിക്കും അവരൊക്കെ പോകുന്നത്?, എന്തെല്ലാം ആവശ്യങ്ങൾ, ഇതെല്ലാം അവരവരുടെ മനസ്സിൽ അടുക്കിവച്ച് എല്ലാവരും അതിനുവേണ്ടി പോകുന്നു. ആരുടെയും മനസ്സ് കാണാൻ പറ്റില്ലല്ലോ, ഇപ്പോ തന്റെ മനസ്സിൽ കിടന്ന് മറിയുന്ന ഒരു സംഗതി തനിക്കല്ലേ അറിയൂ.'എന്താടാ'

അച്ഛന്റെ വിളി കേട്ടാണ് നിതിൻ സ്വപ്നത്തിൽനിന്ന് ഉണർന്നത്. എല്ലാവരോടും അവന്റ സന്തോഷം വിളിച്ചുപറയണമെന്ന് അവന് തോന്നി.

എന്ത് സമ്മാനം കൊടുക്കും?

ആർക്കാണ് കൊടുക്കേണ്ടത്?

രണ്ട് ചോദ്യങ്ങൾ.. 'ങ്ങ' വരട്ടെ തിങ്കളാഴ്ച തീരുമാനിക്കാം. എല്ലാവർക്കും പല ഐഡിയകൾ ഉണ്ടാവുമല്ലോ...

ദേവാനന്ദിന് അങ്ങനെ വേവലാതി ഒന്നും ഇല്ല, അവൻ കണക്ക് കൂട്ടിയതേ നടക്കൂ. ഏതായാലും തന്റെ വീട്ടിൽ മീറ്റിംഗ് കൂടുകയൊന്നും വേണ്ട. അതിന് പറ്റിയ പാങ്ങൊന്നും തന്റെ വീട്ടിൽ ഇല്ല. എല്ലാവരും വന്നു കയറാൻ പറ്റിയ വീടല്ല അത്. പിന്നെ സമ്മാനത്തിന് അവൻ ഒരു വഴി കണ്ടുവച്ചിട്ടുണ്ട്. അത് രഹസ്യമാണ്. ഇപ്പോഴേ പറയില്ല.നാളത്തെയോഗത്തിലും താനത് പറയില്ല, മറ്റാരെങ്കിലും കോപ്പിയടിച്ചാലോ... അവൻ ഉള്ളാലെ ചിരിച്ചു.

ഭഗത്തിന് എല്ലാത്തിനോടും യോജിപ്പാണ്. ഭഗത്തും കനത്ത ആലോചനയിലായിരുന്നു ആ വെള്ളിയാഴ്ച. അച്ഛനും അമ്മയും സമ്മതിച്ചു. പ്രശ്നം ഒഴിവായി. എനി ഉള്ളത് തീരുമാനിക്കലാണ്. അതിന് മറ്റ് പഹയന്മാരും കൂടണം. രണ്ട് ദിവസം ഇതേ ചിന്തയിൽ അവൻ

ഞെരിപിരികൊണ്ടു.

നദയും മുബീനയും അടുത്ത വീട്ടുകാരാണ്. അവർക്ക് ഒന്നിച്ചു കളിക്കുകയും ഒന്നിച്ച് പഠിക്കുകയും ചെയ്യാം. ശനിയും ഞായറും അവർ ഒന്നിച്ചു തന്നെ. ചില ദിവസങ്ങളിൽ മുബിയുടെ വീട്ടിൽ അല്ലെങ്കിൽ നദയുടെ വീട്ടിൽ അങ്ങനെ മാറിമാറിയാണ് കളി. എന്നാൽ ഇപ്രാവശ്യം കളിക്കാനേ തോന്നിയില്ല. മനസ്സിൽ ഒറ്റ ചിന്ത മാത്രം. സമ്മാനം...

നദ മുബീനയോട് ചോദിച്ചു

'നീ തീരുമാനിച്ചോ....?'

എന്ത്....

അല്ല, സമ്മാനം.....?

നദ : ഓ.. അതെല്ലാം അവര് തീരുമാനിക്കും നമുക്ക് അത്പോലെ ചെയ്താപ്പോരെ..?

മുബീന: ഇന്നാള് ക്രാഫ്റ്റ് ടീച്ചർ പഠിപ്പിച്ച ഒരു സാധനമില്ലേ., സ്ട്രോ കൊണ്ടുണ്ടാക്കിയ ഒരു സാധനം അതുപോലെയൊന്നുണ്ടാക്കി വെക്കണം.അല്ലാതെ ആരോടും ഒന്നും വാങ്ങാതെ പിന്നെന്ത് കൊടുക്കും.

നദ: ആ, ശരിയാണല്ലോ, എന്റടുത്ത് കുപ്പികൊണ്ട് ഒരു സാധനം ഉണ്ടാക്കിവച്ചിട്ടുണ്ട്. ടീച്ചർക്ക് അതെല്ലാം നല്ല ഇഷ്ടമായിരിക്കും. അന്നേരം ചിന്തകളുടെ ആലിലകളിൽ തട്ടി അവർ ശിഖരങ്ങളിലേക്കും അവിടുന്ന് ആകാശത്തേക്കും എത്തിപ്പെട്ടപ്പോൾ അതിനെ കീറിക്കൊണ്ട് ഉമ്മയുടെ വിളി.

'മുബീ.. വാ മതി.'

ശരി, മുബി എഴുന്നേറ്റു നടന്നു. ഗെയിറ്റ് കടന്ന് തിരിഞ്ഞുനോക്കാതെ വേഗം നടന്ന അടുത്ത ഗെയിറ്റിൽകൂടി വീട്ടിലെത്തി.

പോസ്റ്റ്മാൻ കൊടുത്ത കളിക്കുടുക്കയിലെ ഒരു പദപ്രശ്നം അനുജന് കാട്ടിക്കൊടുക്കുന്ന സമയത്ത് വന്ന ഒരു സംശയം തീർക്കാനായിരുന്നു ഉമ്മ വിളിച്ചത്. കളിക്കുടുക്കയുമായി ഇറയത്ത് നിൽക്കുന്ന ഉമ്മയോട് അവൾ ചോദിച്ചു.

'ഉമ്മയെന്താ കളിക്കുടുക്ക വായിക്യാ...'

'ഓ.. ഞാനൊന്നും വായിക്കുന്നില്ല, ഈ ചെക്കന്റെ ഓരോര് ചോദ്യങ്ങള്.. മോളൊന്ന് പറഞ്ഞുകൊടുക്ക്'. ഉമ്മ തിടുക്കത്തിൽ അടുക്കളയിലേക്ക് പോയി. ചീര ഉപ്പേരി വെക്കാൻ അടുപ്പത്ത് വച്ചിട്ടുണ്ടായിരുന്നത് കരിഞ്ഞുതുടങ്ങി. മണം വന്നു.

സ്പൂൺകൊണ്ട് ഇളക്കുന്നതിനിടയിൽ മുബീനയുടെ ഉമ്മ പറഞ്ഞു.

'ഒരു കളിക്കുടുക്കേം കുറേ ചോദ്യങ്ങളും. ഇതൊക്കെ പറഞ്ഞു കൊടുക്കാനറിയുമെങ്കിൽ ടീച്ചറായിക്കൂടെ'.

പദപ്രശ്നത്തിലെ പ്രശ്നഭാഗങ്ങൾ തീർത്ത് മുബീന അടുക്കളയിലെത്തി. അവൾ ഉമ്മയോട് പറഞ്ഞു.

'ഉമ്മേ, ഓരോരാൾക്കാർക്ക് ഒരുപാട് എന്തല്ലോ ഉണ്ടല്ലോ. നമുക്കെന്തേ ഇല്ലാത്തേ...'?

'മുബീ, നീ കൊഞ്ചാണ്ട് പോയ്കോ വേഗം. നമ്മക്കെന്താ ഇല്ലാത്തത്. നിനക്ക് കണ്ണും മൂക്കും ചെവിയും ഒന്നുമില്ലേ, അതൊന്നുമില്ലാത്ത എത്ര കുട്ടികളുണ്ടെന്ന് മോൾക്കറിയോ...'

ചീര വറവ് അടുപ്പിൽനിന്നെടുത്ത് പുറത്ത് വെച്ച് മുബീനയുടെ ഉമ്മ ഒരു കാര്യം പറഞ്ഞു.

'മോളെ ഇല്ലാത്തതിനെയല്ല, ഉള്ളതിനെ സ്നേഹിക്കണം. ഇത്രയും നമുക്ക് കിട്ടിയില്ലേ എന്ന ചിന്ത വേണം. ഒന്നുമില്ലാത്തവർ, അവരും മനുഷ്യരല്ലേ, അവരുടെ കുറ്റം കൊണ്ടാണോ അവരങ്ങനെയായത്. കാലില്ലാത്തവരും കൈയ്യില്ലാത്തവരും കണ്ണില്ലാത്തവരുമില്ലേ, നമ്മൾ എത്ര ഭാഗ്യവാൻമാരാണ്. ഒന്നാലോചിച്ചുനോക്കൂ നമുക്ക് താമസിക്കാൻ ഒരു വീടില്ലേ.. നേരത്തിന് ഭക്ഷണം കഴിക്കാൻ അധ്വാനിക്കുന്ന ഒരു ഉപ്പയില്ലേ,, ഇതെന്നും ഇല്ലാത്തവർ നമ്മുടെ നാട്ടിലുണ്ട്. അത്തരം കുട്ടികളെ സഹായിക്കാൻ തോന്നണം. അതാണ്, അതാണ് വേണ്ടത്'. മുബീനയുടെ ഉമ്മ കണ്ണുതുടച്ചു. അന്നേരം മുബീനയ്ക്കും കണ്ണുനിറഞ്ഞു. അവൾക്ക് അവളുടെ ഉമ്മ ഒരു അത്ഭുത മനുഷ്യനായി തോന്നി.

ഓരോ അമ്മമാർക്ക് എന്തെല്ലാമോ കാര്യങ്ങൾ അറിയാം, അവരൊന്നും അതാരോടും പറയുന്നില്ല. എന്നു മാത്രം. ഒരുപാട് സഹിക്കുന്നവരാണ് അമ്മമാർ. ഊണും ഉറക്കവും ഉപേക്ഷിച്ച് മക്കൾക്കു വേണ്ടി ജീവിക്കുന്ന മാലാഖമാർ.

എന്നിട്ടും അമ്മയെ തല്ലാനും കൊല്ലാനും വരെ ചിന്തിക്കുന്നില്ലേ ചിലർ. മുബീന ചെറുതായി ഒന്നു വിയർത്തു.

പദപ്രശ്നം തീർന്ന് അനുജൻ അടുക്കളയിലേക്ക് വരുന്ന വഴിക്ക് ഫ്രിഡ്ജിൽ നിന്നും വെള്ളം മറിഞ്ഞിട്ടുണ്ടായിരുന്നു. അതിൽ കാല് തൊട്ടതും അവനൊന്ന് പരിഭ്രമിച്ചു. ഒരു കൊച്ചു നിലവിളി, അതോടെ മുബീനയുടെ പരപ്പൻ ചിന്തകൾ മുറിഞ്ഞില്ലാതായി.

മുബീന പോയതോടെ നദയുടെ ചിന്ത സമ്മാനത്തെക്കുറിച്ചായി

എന്നാലും എന്ത് സമ്മാനാ കൊടുകാ... അവൾ ചൂണ്ടുവിരൽ വലത്തേകവിളിൽ തൊട്ട് തലചെരിച്ച് മേലോട്ട് നോക്കി. ചിന്തിക്കു

മ്പോൾ അങ്ങനെ ചെയ്യണമെന്ന് അവൾ എവിടെയോ പഠിച്ചിട്ടുണ്ട്.

നദക്ക് വേണമെങ്കിൽ അവളുടെ ഉപ്പയോട് പറഞ്ഞാൽ നല്ലൊരു സമ്മാനം വാങ്ങിക്കൊടുക്കും പക്ഷേ അതൊന്നും പറ്റില്ലെന്നല്ലേ പഹയന്മാര് പറയുന്നത്.

പിന്നെ എന്ത് സമ്മാനം കൊടുക്കും .. അവൾ വീണ്ടും ചിന്തിക്കാൻ തുടങ്ങിയപ്പോൾ അവളുടെ ഉമ്മ അകത്തുനിന്ന് വിളിച്ചു,

മോളേ ബെയ്ചിട്ട് പടിച്ചോ.. ബാ....

'ങാ'

അവൾ ബെയ്കാൻ പോയി.

നദയുടെ വീട്ടിൽ എന്നും ഇറച്ചിക്കറിയുണ്ടാവും ചിലപ്പോൾ ഇറച്ചിയുടെ കൂടെ മീനുമുണ്ടാവും അതില്ലെങ്കിൽ മുട്ടയുണ്ടാകും നദയുടെ ഉപ്പ ഗൾഫിലാണ്. എല്ലാ വെള്ളിയാഴ്ചയും ഉപ്പ വിളിക്കും അരമണിക്കൂർനേരം ഉമ്മയോട് സംസാരിക്കും. നദയും സംസാരിക്കും. ഉപ്പയോട് സംസാരിക്കാൻ നദയ്ക് പെരുത്തിഷ്ടമാണ്. ഉപ്പ ഇടക്കിടെ ഖുറാനിലെ ആയത്തുകൾ ചൊല്ലിക്കൊടുക്കും അതിന്റെ അർത്ഥവും നാനാർത്ഥവും പറഞ്ഞുകൊടുക്കും. നിസ്കാരത്തിന്റെയും സക്കാത്തിന്റെയും മഹത്വങ്ങൾ പറഞ്ഞുകൊടുക്കും. അവളുടെ മൂത്ത രണ്ടു സഹോദരങ്ങളും ഗൾഫിലാണ്. ഒരുപാട് പഠിക്കുന്നതിനൊന്നും അവളുടെ ഉപ്പായ്ക്ക് യോജിപ്പില്ല. ഒരു പത്തോ പന്ത്രണ്ടോ ക്ലാസ് പഠിച്ചാൽ മതി പിന്നെ സ്വന്തം കാര്യം നോക്കി ജീവിക്കാൻ പഠിക്കണം.

പ്ലസ് ടു കഴിഞ്ഞയുടനെ മൂത്ത ജ്യേഷ്ഠനെ ദുബായ്ക് കൊണ്ടുപോയി. രണ്ടുവർഷം കഴിഞ്ഞപ്പേൾ അടുത്തയാളെയും ഗൾഫിലെത്തിച്ചു.

'എനിക്ക് സ്വസ്ഥമായിട്ടിരിക്കണം'. ഉപ്പ പറയും പക്ഷെ ഉപ്പ ദുബായിൽനിന്നുവന്നാൽ രണ്ടുമാസം തികയുന്നതിനു മുമ്പേ തിരിച്ചു പറക്കും.

ഈട്ത്തെ ക്ലൈമറ്റ് പിടിക്കുന്നില്ല. നമ്മക്ക് അവിടുത്തെ ചൂടേ പറ്റൂ. അങ്ങനെ പറഞ്ഞ് നദയുടെ നെറ്റിയിൽ ഒരു മുത്തം കൊടുത്ത് ഉമ്മയോട് കുറെ സ്വകാര്യം പറഞ്ഞ് ചിരിച്ചോണ്ട് ഒരൊറ്റ പോക്ക്.

ദുബായി കാണാൻ നദക്ക് ആഗ്രഹം പണ്ടേ ഉണ്ട്. പക്ഷേ ഉപ്പ പറയും, 'മോളേ, ഈ ഫോട്ടോയിൽ കാണുന്നതല്ല ദുബായ്. ആടത്തെ ചൂട്, പിന്നെ പൊടിക്കാറ്റ്. ഒറ്റ ദിവസം കൊണ്ട് മതിയാകും. അപ്പോശടേന്ന് പറഞ്ഞ് തിരിച്ചുവരാൻ പറ്റ്വോ...'

'ശരിയായിരിക്കും' നദ മനസ്സിൽ പറയും.

ഉമ്മയും പറയും.

അല്ലാതെ പിന്നെ, അനുഭവിച്ചവർക്കല്ലെ പറയാൻ കഴിയൂ. ഒരിക്കൽ ഉപ്പ പറഞ്ഞു.

'മോളേ, ഈ ഗൾഫിൽ പോന്നോര് നാട്ടിലുള്ള ബീവിയേയും മക്കളെയുമോർത്ത് മര്യാദക്ക് ഭക്ഷണം പോലും കയ്കൂലാന്ന്.'

ഊണു കഴിഞ്ഞ് നദ ഉമ്മയുടെ മൊബൈലുമെടുത്ത് മുബീനയുടെ പൊരക്കേക്ക്  പോയി. സമ്മാനഗ്രൂപ്പിലെ പുതിയ മെമ്പറായ നിഹാരയെ വിളിക്കാനായിരുന്നു ആ പോക്ക്. മുബീനയ്ക് ഫോണില്ല.

ഒരു ദിവസം നദ അവളുടെ ഉമ്മയോട് ചോദിച്ചു. 'ഉമ്മേ നമ്മ്ളെ ഒരു ഫോൺ മുബീനക്ക് കൊടുത്താലോ'..? യ്യോ... ഉപ്പാനോട് ചോദിക്കാതെ അങ്ങനെയൊന്നും ചെയ്തുകൂട. ശരിയാ ഉപ്പയല്ലേ എല്ലാം വാങ്ങിയത്.

ന്നാ എനി വിളിക്കുമ്പോ ഉപ്പാനോട് ചോദിക്കണം. വേണ്ട അങ്ങനെ കൊടുത്താല് വേറേ പ്രശ്നം ഉണ്ട്.  കൊടുത്താലെന്താ പ്രശ്നം, കൊടുക്കാതിരിക്കുന്നതല്ലേ പ്രശ്നം. എന്തെങ്കിലും ആകട്ടെ, അതിൽപിന്നെ അക്കാര്യം നദ പറഞ്ഞിട്ടില്ല.

'മുബീ'

നദയുടെ വിളി കേട്ട് മുബീന ഇറയത്തേക്കിറങ്ങി.

'ഉറക്കം വരുന്നു', മുബീന

'ഓ.. ഒറങ്ങാൻ. വേണ്ട, ഇപ്പം ഒറങ്ങയൊന്നും വേണ്ട. നമുക്ക് ആ നിഹാരയെ ഒന്നു വിളിച്ചുനോക്കിയാലോ, പുതിയ ഒരു ഇരയല്ലേ.. കാര്യങ്ങൾ പറഞ്ഞ് പഠിപ്പിക്കണ്ടേ.. നീ ആരാന്നാ വിചാരിക്കുന്നത്, നീ ക്ലാസിലെ ഹീറോയിനല്ലേ...'

നദ ഫോണെടുത്ത് കൈയ്യിൽ എഴുതിയ നമ്പറിൽ ഡയൽ ചെയ്തു

നിഹാരയുടെ അച്ഛൻ മരിച്ചുപോയി, അമ്മയാണ് നിഹാരയ്ക്ക് എല്ലാം. അവർക്ക് തൊഴിലുറപ്പ് പണിയാണ്. നേരിയ വരുമാനം മാത്രം. എന്നാലും എന്ത് സന്തോഷമാണ് അവർക്ക്.

നിഹാര എപ്പോഴും പുഞ്ചിരിക്കുന്നുണ്ടാവും. ഒരു ചെറു പുഷ്പം പോലെ സദാ പുഞ്ചിരിക്കുന്ന ഒരു കുട്ടി നിഹാര മാത്രമാണ് ഏഴ് ബിയിൽ

തൊഴിലുറപ്പ് പണി കഴിഞ്ഞ് അമ്മ എത്താത്തതുകൊണ്ട് നിഹാരയാണ് ഫോണെടുത്തത്.

'ഹലോ.. നിഹാരാ...'

'ങാ, ആരാ...'

'എന്റെ ശബ്ദം കേട്ടിട്ട് നിനക്ക് മനസ്സിലായില്ലേ..?

'ഇത് നദയല്ലേ..'

'ങാ. അതെന്നെ.. അപ്പം എന്റെ ശബ്ദം ഫെയ്മസായി അല്ലേ...'

'എന്തുണ്ട് വിശേഷം.. എന്തേ വിളിച്ചത്.?'

'ഇന്നലെ പറഞ്ഞില്ലേ ഒരു ഗ്രൂപ്പിന്റെ കാര്യം, അതിൽ നിന്നെ ഉൾപ്പെടുത്തിയിട്ടുണ്ട്. അതൊന്ന് ഓർമ്മിപ്പിച്ചതാ.. നാളെ സ്കൂളിലേക്ക് വരുമ്പോഴേക്ക് ഒരു സമ്മാനം മനസ്സിൽ ശരിയാക്കിവെക്കണം. മറ്റൊന്ന് ആർക്കാണ് കൊടുക്കേണ്ടത് എന്നുകൂടി ആലോചിക്കണം. പുറത്താരോടും പറയണ്ട, അമ്മയോട് പറഞ്ഞോ... ഓക്കേ'.

നിഹാരയ്ക്ക് വലിയ വീടോ വലിയ സ്വപ്നങ്ങളോ ഇല്ല, ഒരിക്കൽ സ്കൂൾ വാർഷികത്തിന് പ്രസംഗിക്കാൻ വന്ന പഞ്ചായത്ത് പ്രസിഡണ്ടിന് ഒരു പൂ സമ്മാനമായി കൊടുത്തത് അവൾ ഓർത്തു. അദ്ദേഹം അന്ന് പറഞ്ഞു 'നമ്മൾ സ്നേഹത്തോടെ ഒരു മൊട്ടുസൂചി കൊടുത്താലും മതി. അത് വിലകൂടിയ ഏതൊരു സമ്മാനത്തേക്കാളും വലുതാണ്. അതെ നമ്മൾക്ക് കൊടുക്കാൻ പറ്റുന്നത് കൊടുക്കാം. പക്ഷേ ആർക്ക്...? നിഹാരയും കൺഫ്യൂഷനിലാണ്.

# സ്വകാര്യം

സമ്മാനഗ്രൂപ്പിൽ അംഗമായതല്ലാതെ എബിന് മറ്റൊന്നുമറിയില്ലായിരുന്നു. നിതിനും ദേവാനന്ദും പറഞ്ഞ്തീരുന്നതിനുമുൻപെ ബെല്ലടിച്ചതുകൊണ്ട് കൂടുതലൊന്നും ചോദിക്കാനും പറ്റിയില്ല.

പക്ഷേ, അന്ന് എബിന്റെ മനസ്സിൽകിടന്ന് ആ കാര്യം പെടച്ചു. എന്താണവർ പറഞ്ഞത്..?

ഒന്ന് അപ്പച്ചനോട് ആലോചിക്കാമെന്ന് എബിൻ ഒരു തീരുമാനമെടുത്തു.

പള്ളിയിൽനിന്ന് ഇറങ്ങി വീട്ടിലെത്തുന്നതുവരെ അവൻ അതുതന്നെ ചിന്തിച്ചു.

'എന്താടാ നിനക്കൊരു ചിന്ത', എബിന്റെ അപ്പച്ചൻ ജോസ് ചോദിച്ചു.

'ഏയ് ഒന്നൂല്ലപ്പച്ചാ..'

ആലക്കോടുനിന്ന് വീടും പറമ്പും വിറ്റ് കുഞ്ഞിപ്പാറയിൽ താമസം തുടങ്ങിയിട്ട് എട്ട് കൊല്ലമായി. എബിന് അഞ്ച് വയസ്സ് തികയുന്ന മാസത്തിലായിരുന്നു അത്. അതുകൊണ്ട് എബിന് ആലക്കോട് വാസത്തെക്കുറിച്ചും പുതിയ താമസസ്ഥലത്തേക്കുറിച്ചുമൊന്നും കൂടുതലറിയില്ല. അവന്റെ കൂട്ടുകാരെല്ലാം പുതിയ സ്ഥലത്താണ്. വലിയ പറമ്പിൽ കൊച്ചുവീടാണവന്റേത്.

ജോസ് സ്വന്തം റബ്ബർ വെട്ടാൻ രാവിലെ നാലുമണിക്കുതന്നെ എഴുന്നേൽക്കും കത്തിയും ടോർച്ചുമായി പോയാൽപിന്നെ ഒരു എട്ടുമണിയാകുമ്പോൾ തിരിച്ചെത്തും ജോസിന്റെ ഭാര്യ ലിസി ചായയും പലഹാരങ്ങളുമായി റെഡിയായിരിക്കുമ്പോഴേക്കും ഭർത്താവ് പണികഴിഞ്ഞിങ്ങെത്തും. പിന്നെ എല്ലാവരും കൂടി ഒരു ചായകുടി.

ഭക്ഷണകാര്യത്തിൽ ജോസിന് വലിയ നിർബന്ധമാണ്. ഒന്നിച്ചുതന്നെ കഴിക്കണം.കുഞ്ഞിപ്പാറയിൽ എത്തിയതിൽപിന്നെ അതിന് മുടക്കം വന്നിട്ടില്ല. ദോശയും ചമ്മന്തിയുമാണ് ഇഷ്ടം. അത്, വീട്ടിലെല്ലാവർക്കും അങ്ങനെതന്നെ. മറ്റെന്ത് പലഹാരമുണ്ടാക്കിയാലും ജോസിന് തൃപ്തി വരില്ല. അതുകൊണ്ട് ലിസി എന്നും ദോശയും ചമ്മ

ന്തിയും ഉണ്ടാക്കും. അത് എല്ലാവർക്കും ശീലമായി. പ്രഭാത ഭക്ഷണം ലഘുവായി കഴിക്കേണ്ടതാണ്. രാത്രിമുഴുവൻ വിശ്രമത്തിലായിരുന്ന ശരീരഭാഗങ്ങൾക്ക് കൂടുതൽ കടുപ്പമുള്ള ഭക്ഷണം പാടില്ല. മാത്രമല്ല കേരളീയരുടെ പ്രാതൽ ദോശയാണ്. തുടങ്ങിയ തിയറിയൊക്കെ മൂപ്പരുടെ കയ്യിലുണ്ട്.

രാവിലെ രാജാവിനെപ്പോലെ കഴിക്കണമെന്നാണ്. ഉച്ചയ്ക്കും അതെന്നെ,. പിന്നെ രാത്രി യാചകനെപ്പോലെയാണ് കഴിക്കേണ്ടത്. ശരീരശാസ്ത്രം ശരിക്ക് പഠിച്ച ഒരു ഡോക്ടറെപ്പോലെയാണ് ജോസ് സംസാരിക്കുക.

വിദ്യാഭ്യാസം കുറവാണെങ്കിലും ജോസ് ഒരു വലിയ ശാസ്ത്രജ്ഞനാണ്. ഐസക് ന്യൂട്ടന്റെ ഭൂഗുരുത്വബലം തെറ്റാണെന്ന് വാദിക്കുകയും അതിനെ സാധൂകരിക്കുന്ന ഒരു പുതിയ തിയറിയുണ്ടാക്കുകയും ചെയ്ത വ്യക്തിയാണ് എബിന്റെ അച്ഛൻ.

കാസർക്കോഡ് കാരനായതുകൊണ്ടും സാമ്പത്തിക സ്ഥിതി മോശമായതുകൊണ്ടും പിന്ന അക്കാദമിക് പിൻബലം കുറവായതും കാരണമാണ് തന്റെ തീയറി ലോകം അറിയാത്തതെന്ന് വിശ്വസിക്കുന്ന ഒരു അറിവ് മനുഷ്യൻ.

ലിസി ജോസിനെ സഹായിക്കാൻ ആവതെല്ലാം ചെയ്യുന്നുവെന്ന് മാത്രം. അവർക്ക് വേറേ പ്രത്യേകിച്ച് അഭിപ്രായമൊന്നുമില്ല.

ലിസി എബിനോട് ചോദിച്ചു

'എന്തെടാ അപ്പച്ചൻ പറയുന്നത്കേട്ടില്ലേ. എനിക്കും തോന്നി, എന്താ...?'

'ഒന്നൂല്ലമ്മച്ചീ..'

സീക്രട്ട് വെളിവാക്കാൻ എബിൻ ബുദ്ധിമുട്ടി. വീട്ടിലെത്തുന്നതുവരെ പിടിച്ചുനിന്നുവെങ്കിലും അത് അപ്പച്ചനോട് പറയാതിരിക്കാൻ അവന് പറ്റിയില്ല.

വീടിന്റെ പടി തൊട്ടതും അവനിരുന്നു. കൂടത്തന്നെ അപ്പനും അമ്മയും ഇരുന്നു. അവനു ദാഹിക്കുന്നുവെന്ന് ലിസിക്ക് മനസ്സിലായി. അവർ അകത്ത് കടന്ന് വെള്ളമെടുത്ത് എബിന് കൊടുത്തുകൊണ്ട് വീണ്ടും ചോദിച്ചു.

'എന്തോ ഒന്ന് എന്റെ മോന്റെ മനസ്സിലുണ്ട്. അമ്മയോട് പറ'

'അമ്മേ, അത് ഒരു സീക്രട്ടാണ്. പറയണോ..?'

'പിന്നേ.. വേണം. കുഞ്ഞുങ്ങൾക്ക് സീക്രട്ടൊന്നും പാടില്ല, അച്ഛൻ പള്ളിയിൽ പറയുന്നത് കേട്ടിട്ടില്ലേ, കുഞ്ഞൾക്ക് എല്ലാം അപ്പച്ചനോടും

അമ്മച്ചിയോടും പറയാം അതു പറഞ്ഞില്ലെങ്കിലാ കുഴപ്പം. മോൻ ധൈര്യമായി പറഞ്ഞോ..'

ഇത് കേട്ടുനിന്ന ജോസും മുഖം കൊണ്ട് ഒരു സപ്പോർട്ട് കൊടുത്തു.

'എന്നാ ഞാൻ പറയാം.'

അവൻ കാര്യം പറഞ്ഞപ്പോൾ രണ്ട് പേരും പൊട്ടിച്ചിരിച്ചുകൊണ്ട് അവനെ എടുത്തുപൊക്കി.

'എടാ ഇത് ഒരു നല്ല കാര്യമല്ലെ,

എബിൻ ഒരു സന്തോഷക്കുന്നിലെത്തി. അപ്പനും അമ്മച്ചിയും ഇങ്ങനെ പറയുമെന്ന് അവൻ കരുതിയതേ ഇല്ല. എബിൻ ചിന്തയുടെ അകാശം കണ്ടു. മാഷ്ക്ക് ഒരു സമ്മാനം കൊടുക്കണം. തന്നെ ഏറ്റവും കൂടുതൽ സ്വാധീനിച്ച ഒരു അധ്യാപകന്. അതാര്, അവൻ ഓരോ അദ്ധ്യാപകരെയും മനസ്സിൽ  കൊണ്ടുവന്നു. വിജയൻമാഷ്, ലതിക ടീച്ചർ, കണക്ക് മാഷ്, ഛെ, അത് വേണ്ട.

പിന്നെയും കുറെ  മാഷന്മാരുണ്ട്. അതിൽ ക്രാഫ്റ്റ് പഠിപ്പിച്ചിരുന്ന സൈമൺ മാഷുണ്ട്. വർക്ക് എക്സ്പീരിയൻസ് പഠിപ്പിക്കുന്ന അമ്പാടി മാഷ്, സയൻസിന്റെ സജിത ടീച്ചർ. ഇംഗ്ളീഷ് പഠിപ്പിക്കുന്ന ദിവ്യ ടീച്ചർ.

പി.ടി ടീച്ചറെ എല്ലാവർക്കും ഇഷ്ടമാണെങ്കിലും, പേടിയാണ്. കാര്യമൊന്നുമില്ലാതെ പിന്നിൽകൂടി വന്ന് തല്ലും. പിന്നെ ചിലപ്പോൾ കളിക്ക് കൂട്ടാതിരിക്കും. മാഷ്ക് തോന്നിയാമതി. അന്ന് ആരെയും കളിക്ക് കൊണ്ടോവാതിരിക്കും. കളിക്കാൻ ഇഷ്ടമായത് കൊണ്ടു മാത്രമാണ് പി.ടി. മാഷെ ഇഷ്ടപ്പെടുന്നത്. സ്പോർട്സ് ഡേയിലൊക്കെ വല്യ ഗമയാ പി.ടി. മാഷിന്. അവർക്ക് വേണ്ട. ഡ്രോയിങ്ങ് ടീച്ചർക്ക് ഒരു പാട് ചിത്രങ്ങൾ വരക്കാനറിയാം. എത്ര പെട്ടെന്നാ ജിനസ് മാഷ് ബോർഡിൽ ചിത്രങ്ങൾ വരക്കുന്നത്. വരക്കുന്നത് കണ്ടിരുന്നുപോകും. നല്ല ഫിനിഷിംഗ്. മാഷ് ചിരിച്ചുകൊണ്ടാണ് ഓരോ ചിത്രങ്ങളും വരക്കുന്നത്. അങ്ങനെ രചിക്കുന്ന ചിത്രങ്ങൾ, കൂടുതൽ സുന്ദരമാകുമത്രേ,. ജിനസ് മാഷിന് പാട്ടുപാടാനും കീബോർഡ് വായിക്കാനും അറിയാം. സ്കൂളിലെ മൈക്ക് ശരിയാക്കുന്നത് ജിനസ് മാഷാണ്. .

എബിൻ ജിനസ് മാഷിന്റെ തമാശയോർത്ത് ചിരിച്ചുപോയി. ഒരിക്കൽ അസംബ്ലിയിൽ നിന്ന് ഹെഡ്മാഷ് ജിനസ് മാഷിനോട് പ്രസംഗിക്കാൻ പറഞ്ഞപ്പോഴായിരുന്നു അത്. മാഷ്ക് അസംബ്ലിയിൽ പറയാൻ പേടിയാണ്. ഒരുപക്ഷേ അത് എല്ലാവരുടെയും കാര്യമായിരി

ക്കാം. അസംബ്ലിയിൽ എല്ലാ അദ്ധ്യാപകരും സംസാരിക്കില്ല. ഭംഗിയായി ക്ലെസെടുക്കുന്ന അദ്ധ്യാപകർക്കുപോലും പ്രസംഗിക്കാൻ പറ്റില്ല.

നേര് തന്നെ, ക്ലാസിൽ എത്ര നല്ല പഠിപ്പുള്ള കുട്ടിയാണ് നദ. പക്ഷേ അവളേക്കാൾ നന്നായി സംസാരിക്കാൻ കഴിയുന്നത് നിവേദ്യക്കല്ലേ...

സമ്മാനം കൊടുക്കേണ്ട അദ്ധ്യാപകനെ തെരഞ്ഞെടുക്കാൻ കഴിയാത്തതിൽ ലേശം വേവലാതിയുണ്ടെങ്കിലും അവൻ അതെല്ലാം മറന്നത് സാദിക്കിന്റെ വിളിയിലാണ്.

'ടാ,ടാ.. മതി, സ്വപ്നം കണ്ടത്. വാ കളിക്കാലാ'. ക്രിക്കറ്റ് ബാറ്റുമായി സാദിക്ക് കയറിവന്ന് പറഞ്ഞു.

'എന്റെ ബാറ്റ് പൊട്ടിക്കിടക്വാ..' എബിൻ.

'ഓ.. അത് സാരമില്ല, ഇത് മതി, വല്യ മാച്ചൊന്നുമല്ലല്ലോ'.. എന്നാ ശരി. ചിന്തയെ ദൂരേക്കിട്ട് അവർ രണ്ടുപേരും പാടത്തേക്കിറങ്ങി.

ആരുടേയോ രണ്ട് കണ്ടങ്ങളാണ്. അവരുടെ സ്ഥിരം കളിസ്ഥലം. കൃഷി ചെയ്യാതെ കിടക്കുന്ന സ്ഥലം. അങ്ങനെയെങ്കിലും ഉപകാരപ്രദമാകട്ടെ..

സന്ധ്യവരെ കളി തുടർന്നു. അതിനിടയിൽ എബിൻ ചെറുതായൊന്ന് വീണു. കാര്യമായൊന്നും പറ്റയില്ലെങ്കിലും നടക്കുമ്പോൾ നല്ല വേദന. കളി കഴിഞ്ഞ് എബിൻ പഠനമുറിയിലേക്ക് ചെന്നു. കുറേനാളായി ആരും തിരിഞ്ഞുനോക്കാത്ത ഒരിടം പോലെ തോന്നിപ്പിച്ച പഠനമേശ. മേശപ്പുറത്ത് അവന്റെ പുസ്തകങ്ങൾ ചിതറിക്കിടക്കുന്നു. രണ്ട് ദിവസമായി പുസ്തകം തൊട്ടിട്ട്. സമ്മാനഗ്രൂപ്പിന്റെ ത്രില്ലിലായിരുന്നു അവധിദിവസങ്ങൾ.

എബിൻ പുസ്തകങ്ങളെല്ലാം മേശപ്പുറത്ത് ഒതുക്കിവച്ച് കസേരയിലിരുന്നു. ആദ്യം കയ്യിൽ കിട്ടിയത് മലയാളമാണ്, മലയാളം എബിന് ഇഷ്ടമുള്ള വിഷയമാണ്. വിജയൻ മാഷ് കവിത ചൊല്ലുന്നത് കേട്ടാൽ ഏതൊരാളും മലയാളം ഇഷ്ടപ്പെടും. എബിന് മലയാളം മാഷെ വല്ലാതെ ഇഷ്ടമാണ്. വെളുത്ത് സുന്ദരനാണ് വിജയൻമാഷ്. തുടുത്ത മുഖത്തിന് അനുയോജ്യമായ താടിയും. ശബ്ദ സൗകുമാര്യം അത് വേറേതന്നേയാണ്. മാഷ് പത്രം വായിക്കുന്നതുപോലും കേട്ടിരുന്നു പോകും. മാഷെ എന്നും സ്കൂളിൽ കാണും. രാവിലെ കുട്ടികളെത്തുന്നതിനു മുൻപെ മാഷ് സ്കൂളിലുണ്ടാവും. പിന്നെ എല്ലാവരും പോയിക്കഴിഞ്ഞാലേ തിരിച്ചു പോകൂ.

എബിൻ മലയാളം മാഷേക്കുറിച്ച് ആലോചിക്കുന്ന സമയത്തുതന്നെ

നിതിനും ചിന്തിക്കുന്നുണ്ടായിരുന്നു. അടിക്കാതെയും പഠിപ്പിക്കാമെന്ന് മാഷ് എല്ലാവർക്കും കാട്ടിക്കൊടുത്തിരുന്നു.കുട്ടികളിലെ സർഗ്ഗവാസന പോഷിപ്പിക്കുന്നതിനുവേണ്ടി വിജയൻമാഷ് പല പരിപാടികളും നടത്തിയിരുന്നു. അതിൽ എബിന് ഏറ്റവും ഇഷ്ടപ്പെട്ടത് വായനക്കുറിപ്പ് തയ്യാറാക്കലായിരുന്നു. മാഷ്ടെ സ്നേഹപൂർവ്വമായ ഉപദേശത്തിൽ കുട്ടികളെല്ലാവരും പുസ്തകങ്ങൾ വായിക്കാൻ തുടങ്ങി.

ഓരോ ക്ലാസിലും ക്ലാസ് ലൈബ്രറി തുടങ്ങി. ആഴ്ചയിലൊരിക്കൽപുസ്തകചർച്ച. അങ്ങനെ ഒട്ടുമിക്ക കുട്ടികളും നല്ല വായനക്കാരായി. ചർച്ചയിലൂടെ സഭാകമ്പമില്ലാതെ സംസാരിക്കാൻ പഠിച്ചു. ഇപ്പം എബിനും നിതിനുമെല്ലാം വേദിയിൽനിന്ന് സംസാരിക്കാൻ പറ്റും ചമ്മലില്ലാതെ.

കഴിഞ്ഞദിവസം വിജയൻമാഷ് ക്ലാസിൽ പഠിപ്പിച്ചത് കുറ്റിപ്പുറത്ത് കേശവൻ നായരുടെ പ്രഭാതം എന്ന കവിതയായിരുന്നു.

‘പ്രദോഷ ദീപാവലി കണ്ടുകൊണ്ടു
പാശ്ചാത്യ ഭൂഭാഗമണഞ്ഞ സൂര്യൻ
പ്രഭാത ദീപാവലി കണ്ടുകൊണ്ട്
പൗരസ്ത്യദേശത്തെയണഞ്ഞുവീണ്ടും‘

സന്ധ്യാസമയത്തെ ദീപാവലി കണ്ടുകൊണ്ട് പടിഞ്ഞാറുഭാഗത്ത് അസ്തമിച്ച സൂര്യഭഗവാൻ പ്രഭാതദീപാവലി കണ്ടുകൊണ്ട് കിഴക്കുണരുന്നത് വർണ്ണിച്ചപ്പോൾ, ശരിക്കും അനുഭവമായി മാറി. ഉദയവും അസ്തമയവും കൺമുന്നിൽ ജ്വലിച്ചിരുന്നു. ആരും ഒന്നും മിണ്ടില്ല, എല്ലാവരും മാഷുടെ വിവരണത്തിൽ ലയിച്ചിരിക്കും.

രാത്രി ഏറെനേരം എബിൻ വിജയൻമാഷെക്കുറിച്ചുതന്നെ ചിന്തിച്ചു. എല്ലാ കുട്ടികളും ഉറക്കത്തിലായിരിക്കുമ്പോൾ സമ്മാന ഗ്രൂപ്പുകാർ അവർക്കേറ്റവും ഇഷ്ടപ്പെട്ട അദ്ധ്യാപകനെ തിരയുകയായിരുന്നു.

നിതിനും ദേവൂട്ടനും ഏതാണ്ട് ഒരു തീരുമാനത്തിലെത്തിയത് പോലെയാണ് ഉറങ്ങാൻ കിടന്നത്. എബിൻ ഒരു അവസാനവട്ട ചർച്ചയിലൂടെ മനസ്സ് വ്യാപരിച്ച് ഒടുവിൽ നാളെയാകട്ടെയെന്ന്വച്ച് ഉറങ്ങാൻ കിടന്നു.

നമിഷിനും നിഹാരയ്ക്കും അത് അത്രയങ്ങ് ഏശിയമട്ടില്ല, അവർ രണ്ടുപേരും അക്കാര്യം അത്ര ഗൗരവത്തിൽ എടുക്കാത്തതുകൊണ്ട് , അവർക്ക് വേവലാതികളില്ലാതെ ഉറങ്ങാൻ കഴിഞ്ഞു.

നിവേദ്യക്ക് വളരെ നേരത്തേതന്നെ ഒരുടീച്ചറെ കൂടുതൽ ഇഷ്ടമാണ്. അതവൾ പലരീതിയിൽ പ്രകടമാക്കിയിട്ടുമുണ്ട്. എന്നാൽ മറ്റ്

ടീച്ചർമാരെ ഒഴിവാക്കാൻ കാരണമൊന്നും കണ്ടില്ല. അവൾ ഓർമ്മിച്ചത്. ഓരോ അദ്ധ്യാപകരും കുട്ടികളെ നോക്കിക്കണ്ട രീതിയിലൂടെയായിരുന്നു. അങ്ങനെയാകുമ്പോൾ ഓരോ ടീച്ചർമാരും ഓരോ രീതിയിലല്ലേ. അവൾ അതൊക്കെ ആലോചിച്ച് എപ്പോഴോ ഉറങ്ങി.

അതിനുമുമ്പുതന്നെ അവളുടെ അച്ഛനും അമ്മയും കുഞ്ഞനിയനും ഉറങ്ങിയിരുന്നു. അത് ഒരു കുഴപ്പം പിടിച്ച രാത്രിയായിരുന്നു മറ്റുള്ളവർക്കും.

നൗഫലിന് സമ്മാനം കൊടുക്കാൻ താല്പര്യമാണെങ്കിലും അവനത് ആരിൽനിന്നെങ്കിലും സ്പോൺസർ ചെയ്യിക്കുകയാണ് പതിവ്. അവന്റെ ഉപ്പ ടൗണിലെ മീൻകച്ചവടക്കാരനാണ്. ഒരുദിവസം ഒരു ക്ലബ്ബുകാർ വീട്ടിൽ വന്നപ്പോൾ പറയുന്നത് അവൻ കേട്ടതാണ്.

നേത്രരോഗചികിത്സ സൗജന്യമായി ചെയ്യുന്ന ഒരു ക്യാമ്പ് സംഘടിപ്പിക്കുന്ന തിരക്കിലായിരുന്നു. വീടിനടുത്തുള്ള സാംസ്കാരിക ക്ലബ്ബിന്റെ പരിപാടി. അതിന് വേണ്ടിവരുന്ന ചിലവ് സ്വരുക്കൂട്ടുന്നതിനുവേണ്ടിയായിരുന്നു അവർ നൗഫലിന്റെ വീട്ടിലെത്തിയത്.

കച്ചവടക്കാരനായ മുനീറിനോട് ഒരു തുക വാങ്ങി അത് നടത്തണം. അത് മാത്രമായിരുന്നു ക്ലബ്ബുകാരുടെ ആഗമനോദ്ദേശ്യം.

'മുനീറിക്കാ, ഒരു ചെറിയ പരിപാടിയുണ്ട്. ചെറിയ ഒരു സംഖ്യ സംഭാവന തരണം' ക്ലബ്ബ് സെക്രട്ടറി പറഞ്ഞു.

'അതിനെന്താ, ഒരു കാര്യം ചെയ്യ്, ആ പരിപാടി ഞാൻ സ്പോൺസർ ചെയ്യാം എന്തേ..?'

'ഓ.. എന്നാ ഗംഭീരമായി. നമ്മൾ ഇനി അവിടെയും ഇവിടേയും കയറിയിറങ്ങണ്ടല്ലോ.'

'പക്ഷേ ഒരു കണ്ടീഷൻ'

'പറഞ്ഞോ.'.

'ക്യാമ്പിന്റെ ബോർഡ് ഞാനുണ്ടാക്കും അതിൽ സ്പോൺസേർഡ് ബൈ ഫാംഫ്രഷ് ഫിഷ് , ബസ്റ്റാന്റിന് സമീപം പയ്യന്നൂർ എന്നെഴുതും എന്തേ... ഓക്കേയല്ലേ..'

സെക്രട്ടറിയും മറ്റ് മൂന്ന്പേരും ഒന്ന് അങ്ങോട്ടും ഇങ്ങോട്ടും നോക്കി പുഞ്ചിരിച്ചുവെങ്കിലും ഒടുവിൽ ഒന്നിനും കൊള്ളാത്ത ഒരു ചിരിചിരിച്ച് സമ്മതിച്ചു.

ഇതും ആരെയെങ്കിലും കൊണ്ട് സ്പോൺസർ ചെയ്യിക്കാം. എന്ന മനക്കണക്ക് കൂട്ടി. ഒന്നും മിണ്ടാതെ അവൻ ഉറങ്ങി.

നമിഷിനാണെങ്കിൽ പേടിയാണ്. ഡോക്ടർ പുഷ്പാംഗദന്റെ ഏക

മകനാണ് നമിഷ്. ഇന്നുവരെ ആർക്കും സമ്മാനം കൊടുത്തിട്ടില്ല. സമ്മാനം കിട്ടിയിട്ടുമുണ്ടാകില്ല. എല്ലാവരുടെയും വീടുകളിൽ ഒരുപാട് ട്രോഫികളും സർട്ടിഫിക്കറ്റുകളും അലമാരയിൽ കിടക്കുന്നത് ചില്ലു വാതിലിലൂടെ നമിഷ് കണ്ടിട്ടുണ്ട്. തന്റെ വീട്ടിൽ ഒന്നും അത്തരത്തിൽ കാണാത്തതുകൊണ്ട് ഒരിക്കൽ നമിഷ് അച്ഛനോട് ചോദിച്ചിരുന്നു. അന്നേരം അച്ഛൻ പറഞ്ഞത് അവനിന്നും തമാശയായിട്ടേ തോന്നിയി ട്ടുള്ളൂ. ടാ.. അതെല്ലാം ആർട്ടിഫിഷ്യലാണ്'.

'എന്താന്ന്..'?

'ആർട്ടിഫിഷ്യൽ...?'

നമിഷ് പിന്നെ ഒന്നും ചോദിക്കാനൊന്നും പോയില്ല. ഡോക്ടർ ഒന്നും പറയാനും നിന്നില്ല.

സമ്മാനത്തിന്റെ കാര്യം അച്ഛനോട് പറഞ്ഞപ്പോൾ അയാൾ പറ ഞ്ഞു.

'നല്ല ആശയം, ആരുടെയാ, നിന്റെയാ'..

'എന്റെയല്ല,' ..

'ഓ.. നിന്റെയടുത്ത്നിന്ന് എന്നെങ്കിലും എന്തെങ്കിലും വരുമോ... എടാ ലീഡറാവണം. മറ്റുള്ളവർ പറയുന്നത് കേട്ട് നടക്കുകയല്ല വേണ്ട ത്. അത് ആദ്യം പറയണം. അതിന് മറ്റുള്ളവരെ കൂട്ടണം. സ്വന്തമായി ഒരു ഐഡിയ ഉണ്ടാക്ക്.'

നമിഷ് പകച്ചുനിന്നുവെങ്കിലും ഒടുവിൽ ഡോക്ടർ അലിഞ്ഞു. 'യെസ് ഞാൻ റെഡി, എന്താ കൊടുക്കേണ്ടത് എന്നു പറഞ്ഞാൽ മതി. നമുക്ക് റെഡിയാക്കാം. പക്ഷേ എന്നെ പ്രതീക്ഷിക്കരുത് കേട്ടോ.. അമ്മ വന്നോളും'.

'അച്ഛാ ഇത് അങ്ങനെയൊന്നുമല്ല...

സ്വന്തമായി ഒന്നുണ്ടാക്കി ഏറ്റവും പ്രീയപ്പെട്ട ഒരു അദ്ധ്യാപകന് കൊടുക്കുന്നതാണ്....'

'ഓ.. ക്രിയേറ്റീവ് ആണല്ലേ, ഗുഡ്, വെരിഗുഡ്.. ഐ, അപ്രീഷ്യേറ്റ് ദി ബ്രയിൻ എന്തായാലും നിന്റേതല്ലല്ലോ.. അതിലേ വെഷമമുള്ളൂ..'

ആകപ്പാടെ ഒരു സംശയത്തിൽ നമീഷിന്, കുറേനേരം ഉറക്കം നഷ്ട പ്പെട്ടു. പിന്നെ മൂത്രമൊഴിച്ചുവന്ന് കിടന്നുറങ്ങി.

ഭഗത്തിന്റെ അച്ഛൻ പറഞ്ഞുകൊടുക്കുന്നതിനനുസരിച്ച് അവൻ പ്രവർത്തിക്കും.ആദ്യം പ്രശ്നം അവതരിപ്പിച്ചപ്പോൾതന്നെ ഭഗത്തിന്റെ അച്ഛൻ അവന് ഉറപ്പ്കൊടുത്തിരുന്നു. 'ടാ, അതൊരു ചാലഞ്ചായിട്ട് എടുക്ക്. ഒരു സർപ്രൈസ് ഗിഫ്റ്റ് കൊടുക്കാം ആർക്കാണെന്ന് മാത്രം

ആലോചിക്ക്. പിന്നെ ഞാൻ പറഞ്ഞുതരാം നിനക്കെന്ത് കൊടുക്കാൻ പറ്റൂന്ന്.'

'അതിന് അച്ഛന്റെ സഹായം വാങ്ങാൻ പാടില്ലെന്നല്ലെതീരുമാനം.. സഹായം വാങ്ങണ്ട, ആശയം വാങ്ങാലോ. ഞാൻ ഒരു ഐഡിയ പറഞ്ഞുതരാം അത് നിനക്ക് ഒറ്റക്ക് ചെയ്യാൻ പറ്റും. അത് വലിയ ഒരു ഗിഫ്റ്റാകും എന്താ പോരേ..'

'മതി'

ഭഗത്തിന് അച്ഛനെ വിശ്വാസമാണ്. അച്ഛൻ ഒന്നും അധികം പറയാറില്ല. പറഞ്ഞത് ചെയ്തുകാണിക്കും. ഒരു വലിയ കരുതലാണ് അമ്പാടിക്ക് അവന്റെ അച്ഛൻ. ഒരിക്കലും ദേഷ്യപ്പെടാത്ത ഒരച്ഛൻ. വിജയൻമാഷെപ്പോലെ. അമ്പാടിക്ക് അച്ഛനെ അമ്മയേക്കാളേറേ ഇഷ്ടമാണ്. അതുകൊണ്ട് അവൻ എല്ലാ അദ്ധ്യാപകരേയും ഇഷ്ടപ്പെടുന്നു.

ഒരിക്കൽ അമ്പാടിയുടെ അച്ഛൻ അവനോട് പറഞ്ഞു, 'സ്നേഹം മാത്രമാണ് ലോകത്തിൽ കൊടുത്താൽ ഇരട്ടിയായി കിട്ടുന്ന സാധനം.', അന്ന് ഭഗത്തിന് അത് അത്രക്കങ്ങ് മനസ്സിലായില്ല. പിന്നെ ഓരോ ദിവസവും അച്ഛൻ ചെയ്യുന്നത് അവൻ നോക്കിനിന്നിട്ടുണ്ട്. സ്നേഹിക്കാൻ മാത്രമറിയാവുന്ന ഒരച്ഛൻ. മുത്തച്ഛനേയും മുത്തശ്ശിയേയും അമ്മയേയും എന്നേയും അച്ഛൻ ഒരുപാട് സ്നേഹിക്കുന്നുണ്ട്.ചെടികളേയും മരത്തേയും അയൽപക്കത്തുള്ളവരേയും എല്ലാവരേയും. അച്ഛന് ആരോടും വെറുപ്പില്ല ദേഷ്യവുമില്ല. അമ്പാടിക്കും അതുതന്നെ.

സമ്മാനത്തെക്കുറിച്ച് ഭഗത്തിന് പേടിയൊന്നുമില്ല. അത് എന്തായാലും ഉണ്ടാക്കാം. ആർക്കാണ് എന്നതാണ് പ്രശ്നം. അതിനുത്തരം പറഞ്ഞുതരാൻ അവന്റെ അച്ഛനുമാകില്ല.

ഭഗത്ത് ആ രാത്രി കുറേനേരം ആലോചിച്ചത് ഇംഗ്ലീഷ് ടീച്ചറെക്കുറിച്ചായിരുന്നു. എല്ലാ അധ്യാപകരും ഭഗത്തിന് ഒരുപോലെയാണ്. ആവറേജായി പഠിക്കുന്നതുകൊണ്ട് ഒരു അദ്ധ്യാപകനും അവനോട് പ്രത്യേക സൗഹാർദ്ദം കാട്ടിയില്ല. പിന്നെ ആർട്ട് ഫെസ്റ്റിവലിനും സ്പാർട്സ് ഡേയ്ക്ക് സർട്ടിഫിക്കറ്റ് എഴുതാനും മറ്റും എല്ലാ അധ്യാപകരും ഭഗത്തിനെ കൂട്ടുവിളിക്കാറുണ്ട്. പ്രസംഗത്തിൽ താല്പര്യമില്ലാത്തതുകൊണ്ട് മലയാളം ടീച്ചർമാർക്കും പ്രത്യേക ലോഹ്യമൊന്നുമില്ല. പിന്നെ ഹൗസ് ബോർഡ് എഴുതാൻ ക്ലാസ് ടീച്ചർ ഇടക്കിടെ അവനെ വിളിക്കാറുണ്ട്.

എന്നാലും എനിക്ക് ഇഷ്ടപ്പെട്ട ടീച്ചർ ആരാ...?
ഭഗത് അവനോട് തന്നെ ചോദിച്ചു. . പിന്നെ

'എന്താടാ കിടക്കുന്നില്ലേ...?' എന്ന് അമ്മ പറഞ്ഞപ്പം ഉറങ്ങാൻ കിട ന്നു.

മുബീനയും നദയും ഉമ്മമാരുടെ സഹായത്തോടെ കുറേനേരം ആലോചിച്ച് ഒടുവിൽ ഉത്തരമൊന്നുമില്ലാതെ വെറുതെ കുറേ നേര മിരുന്ന് ടീവിയിൽ സീരിയൽ കണ്ടുകൊണ്ട് മുബീനയുടെ ഉമ്മ പറ ഞ്ഞു.

'മുബീ, നമുക്കെന്തെങ്കിലും കൊടുക്കാം, നീ കിടന്നോ'

ആ സമയത്തുതന്നെ നദയുടെ ഉപ്പ ഗൾഫിൽ നിന്ന് വിളിച്ച് നദ യുടെ ഉമ്മയോട് ചോദിച്ചു.

'എന്തായി സമ്മാനം...? തീരുമാനമായോ..?'

'ഏയ്, അത് ഓറ്... കുഞ്ഞള്, വെറുതെ... ഒന്നും വേണ്ട.'

'അങ്ങനെ പറയല്ലടോ... നമുക്ക് എന്തെങ്കിലും കൊടുക്കാന്ന്.. ഇത് ഒരു ചാൻസല്ലേ... നീയായിട്ട് കുറക്കണ്ടാട്ടോ.'. ഉമ്മ ചിരിച്ചുകൊണ്ട് ഫോൺ വെച്ച് നദയെ തലോടി ഉറക്കി.

# വിവേകം

പത്തംഗ സംഘത്തിന് തിങ്കളാഴ്ച പുലർന്നത് ആകാംഷയോടെയായിരുന്നു. ഒരു വലിയ കാര്യത്തിന്റെ വീർപ്പുമുട്ടൽ ഉണ്ടായിരുന്നു എല്ലാവർക്കും. നാല് പെൺകുട്ടികളും ആറ് ആൺകുട്ടികളും. ഒരു രഹസ്യം പേറി നടക്കുന്നു. അവർക്കത് വിചാരിച്ചിട്ട് ഉള്ളാലെ ചിരിവന്നു. അവർ പക്വമതികളായതായി അവർക്കോരോരുത്തർക്കും തോന്നി.

തന്റെ മനസ്സിലുദിച്ച ആശയം പത്ത് പേരിലെത്തിക്കാനും അത് ഒരു തീരുമാനമായി മാറ്റാനും സാധിച്ചതിൽ ഏറ്റവും കൂടുതൽ അഭിമാനം തോന്നിയത് നിതിനായിരുന്നു. തിങ്കളാഴ്ച പൊതുവേ ഇഷ്ടമില്ലാത്ത ദിവസമാണ്. അതിന് രണ്ട് കാരണങ്ങളുണ്ട്. ഒന്നാമത് ഇനിയൊരു ലീവ് കിട്ടണമെങ്കിൽ അഞ്ചുദിവസം കഴിയണം. മറ്റൊന്ന് കണക്ക് മാഷ് ചോദ്യം ചോദിക്കുന്നതും തല്ലുന്നത് കൂടുതലുള്ള ദിവസം. പക്ഷേ ഇത്തവണ അങ്ങനെയല്ല നല്ല ത്രില്ലാണ്.

പ്രഭാതത്തിനും സൂര്യകിരണങ്ങൾക്കും തിളക്കം കൂടിയതായി അവർക്ക് തോന്നി. പത്ത് വീടുകളിൽ രഹസ്യത്തിന്റെ ഉന്മാദം. അവർ പുസ്തകച്ചാക്കുമായി സ്കൂളിലേക്ക് തിരിച്ചു.നദയും മുബീനയും ഒന്നിച്ചാണ് സ്കൂളിലേക്ക് പോകുന്നത്. അവർ സ്കൂളിലെത്തുന്നതിനു മുൻപേ തന്നേ നിഹാരയും നിവേദ്യയും ക്ലാസിലെത്തി. പുസ്തകം ഡെസ്കിൽവെച്ച് പൂന്തോട്ടത്തിലെ നെല്ലിമരത്തിന്റെ ചാഞ്ഞുകിടക്കുന്ന കൊമ്പിലിരിപ്പ് തുടങ്ങിയിരുന്നു. ആൺകുട്ടികൾ ആദ്യം വന്നാൽ അവർതന്നെയിരിക്കും. ഇന്നേതായാലും അത് നടന്നില്ല. അതിന്റെ സന്തോഷം പങ്കുവെക്കുന്നതിനിടയിലാണ്, ഭഗത്തും ദേവാനന്ദും ഓടിവന്ന് ചോദിച്ചത്.

'എന്താ, ഇന്നലെ തന്നെ വന്നോ രണ്ടും.'

'ഏയ് , ഇല്ലല്ലോ...ഇന്നല്ലേ വന്നത്, അല്ലേ മുബീ ? നദ തമാശയാക്കി.

'അതെ, ഇന്നലെ ഞായറാഴ്ചയല്ലേ..? ഞായർ ഒഴിവല്ലേ'.. അവർ ചിരിച്ചു.

ദേവാനന്ദ് നദയോട് ചോദിച്ചു.

'എന്തായി നിന്റെ ഗ്രൂപ്പ് വർക്ക്, കഴിഞ്ഞോ..'?

'ഓ... എന്റെ ഗ്രൂപ്പ് വർക്കോ..അപ്പോ നീ അതിലില്ലേ,..'?

'അല്ല, നിങ്ങള് രണ്ടാളും കാര്യമായിട്ട് ആലോചിച്ചതുപോലുണ്ട്, ഞങ്ങൾ അങ്ങിനെയാണ്. ഒരു കാര്യം ഏറ്റെടുത്താൽ അതങ്ങിനെ യാണ്.' മുബീന പറഞ്ഞു.

അപ്പോഴേക്കും പൂന്തോട്ടത്തിലും വരാന്തയിലുമെല്ലാമായി കുറെ കുട്ടികളെത്തി. അവരുടെ വേവലാതികൾ പറയാൻ തുടങ്ങി. അതിനി ടയിൽ രഹസ്യം പറയാനുള്ള മൂഡ് പോയി. വേറേ കാര്യത്തിലേക്ക് മനസ്സ് നടന്നു. ഗ്രൂപ്പിൽപെടാത്തവരും വന്നുചേർന്നതോടെ, എല്ലാവരും തലേ ദിവസത്തേ ഫുഡ്ബോളിനെക്കുറിച്ച് പറയാൻ തുടങ്ങി.

സഹൽ അബ്ദുൾ സമദ് രണ്ട് ചാൻസ് നഷ്ടപ്പെടുത്തിയതായി രുന്നു ആൺകുട്ടികൾ എല്ലാവരും പറഞ്ഞത്.

നമ്മുടെ നാട്ടുകാർക്ക് ജയിക്കാനൊന്നും പറ്റില്ല. ഒന്നുകിൽ തോൽവി അല്ലെങ്കിൽ സമനില. വലിയൊരു ചിരിക്ക് വക നൽകി ക്കൊണ്ട് നിവേദ്യയാണ് ആ തത്വം വിളമ്പിയത്. മുബീന വലതു കൈയ്യുയർത്തി നിവേദ്യയോട് യാചിച്ചപ്പോൾ ലോങ്ങ് ബെൽ കേട്ടു.

ഒറ്റയടിക്ക് എല്ലാവരും ചിതറിയോടി. ഏഴ് ബിയിൽ ആദ്യത്തെ പിരീ യഡ് സയൻസാണ്. ക്ലാസ് ടീച്ചറാണ് സയൻസ് പഠിപ്പിക്കുന്നത്. സജിത ടീച്ചർ ക്ലാസിൽ വന്നാൽ എല്ലാവർക്കും സമാധാനമാണ്., പഠി ക്കാത്ത കുട്ടികളും ടീച്ചറെ ഇഷ്ടപ്പെടും.

ടീച്ചർ അധികം ഉയരമില്ലാത്ത വെളുത്ത ഒരു സുന്ദരിയാണ്. വലിയ കണ്ണുകളും വട്ട മുഖവും അധികം നീളമില്ലാത്ത ചുരുണ്ട മുടിയും ടീച്ചറെ കൂടുതൽ സുന്ദരിയാക്കുന്നു.മനോഹരമായി വസ്ത്രം ധരിക്കു ന്നത് ടീച്ചറിന്റെ പ്രത്യേകതയാണ്.

എത്ര സാരിയാ ടീച്ചർക്ക് ഒരിക്കൽ ഉപയോഗിച്ചത് പിന്നെ കണ്ടി ട്ടേയില്ല.കുട്ടികൾ അടക്കം പറയാറുണ്ട്. ഒരു മിനിറ്റ് പോലും തെറ്റാതെ ടീച്ചർ ക്ലാസ്സിലെത്തും. ക്ലാസ് ലീഡർ ബ്ലാക് ബോർഡ് മായിച്ച് പുതി യ ദിവസത്തെ തീയതി എഴുതി. വിഷയം സയൻസ്. ഡെസ്റ്ററും രജി സ്റ്ററും മേശപ്പുറത്ത് ഒതുക്കിവച്ച് ടീച്ചർ വരുന്നതിനു മുൻപ് റെഡി യായി നിർത്തുന്നത് ലീഡറാണ്.

ചില അധ്യാപകർ ക്ലാസിലെത്തുമ്പോൾ എല്ലാ കുട്ടികളും എഴു ന്നേൽക്കാറില്ല. സജിത ടീച്ചർ വരുമ്പോൾ എല്ലാവരും എഴുന്നേൽക്കും. ക്ലാസ് ടീച്ചർക്ക് ഒരുപാട് അധികാരങ്ങളുണ്ട്. ഒരു ദിവസം ക്ലാസ് ടീച്ചർ പറഞ്ഞതാണ്. കലപില കൂട്ടിയിരുന്ന ഏഴ് ബിയിലെ പത്തുപേർ ഇന്നു

മുതൽ അത് നിർത്തി, അവർ നേതാക്കളാണ്. ഒരു തീരുമാനത്തിന്റെ നടത്തിപ്പിനായി മെനഞ്ഞെടുത്തവരാണ്. അതുകൊണ്ട് കാര്യങ്ങളൊക്കെ നന്നായി പഠിക്കുകയും വേണ്ടതൊക്കെ വേണ്ടതുപോലെ ചെയ്യുകയും വേണം. അതല്ലെങ്കിൽ ടീച്ചർമാർ ദേഷ്യപ്പെടും. ഇനി അത് പറ്റില്ല, ഒന്നിച്ച് നിന്ന് തീരുമാനം ഭംഗിയായി നടപ്പാക്കേണ്ടതാണ്.

ഭക്ഷണത്തെക്കുറിച്ചായിരുന്നു സയൻസ് ടീച്ചർ ക്ലാസെടുത്തത്. ടീച്ചർ ചിലപ്പോൾ സയൻസ് മാത്രമല്ല, തത്വചിന്തയും പറയും. ഒരു മനുഷ്യന്റെ മാനസികവും ശാരീരികവുമായ ആരോഗ്യം അവർ കഴിക്കുന്ന ഭക്ഷണത്തെ ആശ്രയിച്ചരിക്കുന്നു. ഭക്ഷണം അധികമായാൽ ഒരുപാട് ബുദ്ധിമുട്ടുകൾ ഉണ്ടാവുന്നു.

വിശപ്പ് ശരീരത്തിന്റെ പ്രശ്നമാണ്. അതുകൊണ്ട് ഭക്ഷണം വേണം എന്നത് ശരീരത്തിന്റെ ആവശ്യമാണ്. ശരീരത്തിന് വേണ്ട ഭക്ഷണം കഴിച്ച് നിർത്താൻ പറ്റാതെ മനസ്സ് ആക്രമിക്കും. മനസ്സിന് ഇനിയും വേണമെന്നുണ്ട് . അവിടെ വിവേകം പ്രവർത്തിക്കണം. ശരീരത്തെയും മനസ്സിനേയും ഒരേ രേഖയിൽ നിയന്ത്രിച്ച് നിർത്തുകയും സംഘർഷം ഒഴിവാക്കുകയും ചെയ്യേണ്ടത് വിവേകമാണ്. അപ്പോൾ അവ മൂന്നും ഓരോ അടുക്കുകളാണ്. സജിത ടീച്ചർ ഉദാഹരണസഹിതം ചിത്രങ്ങളെ കൂട്ടുപിടിച്ച് ക്ലാസെടുത്ത്കൊണ്ടിരിക്കുമ്പോൾ മണിയടിച്ചു.

ശ്ശോ, എത്ര പെട്ടെന്നാണ് സയൻസ് കഴിഞ്ഞത്, മുന്ന്നാലുപേരുടെ സയൻസ് നോട്ടുബുക്കുമെടുത്ത് ടീച്ചർ സ്റ്റാഫ് റൂമിലേക്ക് നടന്നുപോകുമ്പോൾ നൗഫൽ ഓടിച്ചെന്ന് ടീച്ചറോട് ചോദിച്ചു.

'ടീച്ചറേ ടോയ്ലറ്റിൽ പോണം'.

'എന്താടാ രാവിലെ പോയില്ലേ.'.

'ഇല്ല',

ടീച്ചർ അവന്റെ ചെവിയിൽ ചെറുതായി നുള്ളിക്കൊണ്ടു പറഞ്ഞു.

'അതെല്ലാം രാവിലെത്തന്നെ ചെയ്യണ്ടേ.? ..ങാ.. പോട്.'.

അവന്റെ വയറിൽ തലേ ദിവസത്തെ കപ്പയും മീൻകറിയും ഞെരിപിരി കൊള്ളുന്നുണ്ടായിരുന്നു.

കക്കൂസിൽ പോകുന്നതിനു മുൻപ് ലേശം പുറത്ത് ചാടി.

'ഛെ, നാശം'. അവൻ മനസ്സിൽ പറഞ്ഞു. അന്നേരം ടോയ്ലറ്റിൽ നിന്നും വരികയായിരുന്ന ചെറിയ ക്ലാസിലെ ഒരു കുട്ടി മൂക്ക് പൊത്തിക്കൊണ്ട് അവനെ കടന്നുപോയി.

സാമൂഹ്യപാഠം ടീച്ചർ പറഞ്ഞുകൊടുത്ത ബീർബലിന്റെ വാക്കുകൾ അവനോർത്തു.

'ഈ സമയവും കടന്നുപോകും.'

സയൻസ് പിരിയഡ് വേഗം തീർന്നതിൽ നിരാശയുണ്ടായെങ്കിലും അതെല്ലാം ഒറ്റ നിമിഷം കൊണ്ട് ആവിയാക്കി കണക്ക് മാഷ് വന്നു. 'ശ്ശോ, ഇംഗ്ലീഷ് പിരിയഡും കണക്ക് മാഷ്, ദൈവമേ ഇനി രണ്ട് പിരീയഡ് കണക്കായിരിക്കും. നിതിൻ ഞെരിപിരികൊണ്ടു. ഗ്രൂപ്പിന്റെ വർക്ക് പോയിട്ട് ശ്വാസം വിടാൻ പറ്റൂല.

അവന് പലപ്പോഴും തോന്നിയിട്ടുണ്ട് എന്തിനാ ഇത്ര കണക്കൊക്കെ പഠിക്കുന്നത്, കണക്ക് പഠിച്ചിട്ട് എന്തെങ്കിലും കാര്യമുണ്ടോ.... അത്യാവശ്യത്തിനു വേണ്ട കൂട്ടലും കിഴിക്കലും ഗുണിക്കലും ഹരിക്കലുമൊക്കെ പോരേ... പോരായിരിക്കും.

രാഘവൻ മാഷ് ബോർഡിൽ ത്രികോണം വരച്ച് അടയാളപ്പെടുത്തിയതിനു ശേഷം കുട്ടികളുടെ അടുത്തേക്ക് നടന്നു. ബെഞ്ചിനടുത്തുകൂടി എഴുതുന്നതും നോക്കി നടക്കുമ്പോൾ കുട്ടികൾക്കെല്ലാം പേടിയാകും. എപ്പോഴാണ് ഏത് തലക്കാണ് മേട്ടം കിട്ടുന്നതെന്ന് പറയാൻ പറ്റില്ല.ചിലപ്പോൾ നോട്ട്ബുക്ക് എടുത്ത് പുറത്തേക്കെറിയും. അല്ലെങ്കിൽ എഴുതിയ പേജിൽ ചോന്ന മഷിപ്പേനകൊണ്ട് തെറ്റിടും ഹെഡ്മാഷെ കാട്ടിവരാൻ പറയും. അങ്ങനെ കുറേ പെരുമാറ്റങ്ങളുണ്ട് കണക്ക് മാഷ്ക്ക്.

രണ്ട് പിരീയഡ് വളരേ നീളം കൂടിയതായി കുട്ടികൾക്ക് തോന്നി. ബെല്ലടിച്ചപ്പോൾ ഏഴ് ബിയിൽ ശ്വാസം നേരേ വീണു. രണ്ട് പിരിയഡ് തച്ചുടച്ച് ഭീകരൻ മാഷ് പടിയിറങ്ങിയപ്പോൾ കുട്ടികളെല്ലാം അയാളെ ശപിച്ചു. ഒരു മലയാളത്തിന്റെ പിരിയഡ് നഷ്ടമാക്കിയ കശ്മലൻ.

മാഷ് പോയ ഉടനെ നിതിൻ എഴുന്നേറ്റ് ദേവൂട്ടനെ സമീപിച്ചു. അവർ അവരുടെ കാര്യത്തിലേക്ക് കടക്കുന്നതിനുമുൻപ് നദ മുബീനയോടും നിഹാരയോടുമായി ഒരു സ്വകാര്യം പറഞ്ഞു.നിവേദ്യ കേട്ട് കുളമാക്കുന്നതിനു മുൻപേ , അവർ ഒരു ചിരിയിലൊതുക്കി പതുങ്ങിനിന്നു. ഇത്രയും ഗോഷ്ടികൾ നോക്കി നിൽക്കുകയായിരുന്ന നൗഫൽ പറഞ്ഞു

'ഉം .. ഉം.. നടക്കട്ടെ, ഞാൻ പറഞ്ഞുകൊടുക്കും'

'പോടാ..' നദ അവനെ ആട്ടിയിട്ടു.

പോടാ എന്ന്പറഞ്ഞത് ലേശം ഉച്ചത്തിലായത്കൊണ്ട് കൃത്യസമയത്ത് ഭഗത് ഇടപെട്ടു.

'ഏയ്, എന്താണത് എന്റെ സുഹൃത്തിനെ പോടാന്ന് വിളിക്കുന്നോ' എന്നുപറഞ്ഞ് ഭഗത് നൗഫലിന്റെ ചുമലിൽ കൈവച്ചു. കൃത്യമായി

ആ സമയത്ത് പി.ടി. ടീച്ചർ ക്ലാസിലേക്ക് കയറിവന്നു. കൂച്ച്കെട്ടി ക്ലാസിലിരിക്കുന്ന രണ്ടുപേരോടുമായി ടീച്ചർ പറഞ്ഞു.

'എണീക്ക് രണ്ടാളും'

അവർ എഴുന്നേറ്റു കലകുമ്പിട്ട് കണ്ണ് മേലോട്ടാക്കി ടീച്ചറെ നോക്കാൻ ശ്രമിച്ചു.

'ഉം ഇരിക്ക് ' അവർ ഒരു ചമ്മലോടെ ബഞ്ചിലിരുന്നു.

ഇംഗ്ലീഷ് പീരിയഡ്, ടീച്ചർ ലീവായതുകൊണ്ട് പകരം വന്നതായിരുന്നു പി.ടി. മാഷ്.

പിടി പറഞ്ഞു. 'സ്പോർട്സ് വരാൻ പോവുകയാണ്. സെലക്ഷൻ ഇപ്പം തുടങ്ങും. ഗോഷ്ടി കാണിക്കുന്ന ഒറ്റ ഒന്നിനെയും സെലക്ട് ചെയ്യില്ല. അടങ്ങി ഒതുങ്ങി ഇരുന്നോണം. ഒരു ടെസ്റ്റുണ്ട്'. എല്ലാവരും നിശബ്ദം ടീച്ചറിനെ കേട്ടു. ടീച്ചർ പറഞ്ഞാൽ എല്ലാവരും കേൾക്കും. കാരണം പി.ടി. എല്ലാവർക്കും ഇഷ്ടമാണ്. ഈതക്കത്തിന് മെഹറൂഫ് ഒന്നു സോപ്പിട്ടുനോക്കി.

'സർ കളിക്കാൻ വിടോ...?

'ഇപ്പൊഴോ, ഇതെന്താ പിരീയഡ്..?

ഇംഗ്ലീഷ്.

എല്ലാവരും ഇംഗ്ലീഷ് എടുത്ത് വായിക്ക്.

നിശബ്ദ വായന നടന്നുകൊണ്ടിരുന്നപ്പോൾ നിതിൻ ചിന്തിച്ചു, ഇന്ന് ഇനി ഒന്നും നടക്കില്ല, ഗ്രൂപ്പിന്റെ കാര്യം ഒന്ന് മിണ്ടാൻ പോലും പറ്റിയില്ലല്ലോ.. ഒരു ഇംഗ്ലീഷും കണക്കും .... അവൻ മനസ്സിൽ വിഷയങ്ങളെ കുത്തിപ്പരിക്കേൽപിക്കുമ്പോൾദേവൂട്ടനും ഭഗത്തും നൗഫലും അതുതന്നെ ആലോചിച്ചു. തലയുയർത്തി നിതിനെ നോക്കി. ഒറ്റ നോട്ടത്തിൽ അത് തീർന്നു. ഉച്ചസമയത്ത് കൂടാമെന്ന് അവർ കണ്ണിൽ മെസേജ് കൊടുത്തു.

ലോങ്ങ് ബെല്ലടിച്ചപ്പോൾ നിശബ്ദത ഒച്ചയിലലിഞ്ഞു. ടീച്ചർ പോയതും നിതിനും ഭഗത്തും ഒന്നിച്ചു. അവർ പറഞ്ഞു, നിതിൻ ഒരു കടലാസെടുത്ത് എഴുതി.

ഗ്രൂപ്പുകാർ എല്ലാവരും കഞ്ഞിപ്പുരയുടെ പിന്നിൽ എത്തണം ഭക്ഷണം കഴിച്ച ഉടനെ. അത് മറ്റ് എട്ടുപേരേയും കാട്ടി വേഗം ഭക്ഷണശാലയിലേക്ക് നടന്നു.

മലയാളം മാഷ് ലീവായത്കൊണ്ട് കണക്ക്മാഷാണ് ഇന്ന് കഞ്ഞിയും കറിയും വിളമ്പിയത്. മാഷ്ക്ക് അതൊന്നും ശീലമില്ല. അതുകൊണ്ട് ഒരു സ്പീഡില്ല. തുളുമ്പി കുറേ കറി മറിഞ്ഞു. അത് കണ്ട്

സയൻസ് ടീച്ചർ പറഞ്ഞു.

'ങ്ങ് താ മാഷേ, ഞാൻ കൊടുക്കാം' പറയണ്ട താമസം മാഷ് സ്കൂട്ടായി...

സയൻസ് ടീച്ചർക്ക് നന്നായി വിളമ്പാനറിയാം. ഒരു വറ്റ് പോലും പുറത്ത് പോകില്ല. അവർ വിളമ്പിയാൽ ആർക്കും അധികമോ കുറവോ ആകില്ല. എല്ലാം കറക്റ്റ്.

ടീച്ചർക്കെങ്ങനെ അറിയുന്നു.. ഓരോരാൾക്ക് വേണ്ടത്. വേഗം ഊണ് കഴിച്ച് ഗ്രൂപ്പ് അംഗങ്ങൾ കഞ്ഞിപ്പുരയുടെ പിന്നിലെ മാവിൻചുവട്ടിലെത്തി.ഒരു വലിയ ഭാരം തലയിൽ പേറുന്നതായി അവർക്ക് തോന്നി.

നിതിൻ തുടങ്ങി. എല്ലാവരും ഗൗരവമായിത്തന്നെ നമ്മുടെ പ്രശ്നം വീടുകളിൽ ചർച്ച ചെയ്തു എന്ന് വിചാരിക്കുന്നു. ഇതിൽ എതിർപ്പുള്ളവരുണ്ടെങ്കിൽ പറയണം. അവൻ മറ്റ് ഒമ്പത് പേരേയും നോക്കി. അവരെല്ലാം നിതിനെ മാത്രം നോക്കി. ആരും ഒന്നും മിണ്ടിയില്ല. മാവിൽ നിന്ന് ഒരു കാറ്റിനൊപ്പം രണ്ട്മൂന്ന് പഴുത്ത ഇലകളും ഒന്ന്രണ്ട് കണ്ണിമാങ്ങകളും വീണു.

മാവ് ഇത്തവണ നേരത്തേ പൂത്തു. അവിടെയെല്ലാം മാമ്പൂവിന്റെ മണം പരന്നു. അതിൽ ഉച്ചക്കറിയുടെ മണം കെട്ടുപോയി.

'ടീച്ചർക്കൊരു സമ്മാനം പദ്ധതി'. എല്ലാവർക്കും ഇഷ്ടം തന്നെ, നിതിൻ ആത്മഗതം പറഞ്ഞു. എന്നിട്ട് അവരോടായി പറഞ്ഞു. എല്ലാവർക്കും സമ്മതമായ സ്ഥിതിക്ക് എന്ത്....? ആർക്ക്....? ഇത് തീരുമാനിക്കുന്നതിന് വേഗം തന്നെ ഒരു യോഗം ചേരണം.

എവിടെ...... ?

ഭഗത്ത് പറഞ്ഞു. 'എന്റെ വീട്ടിൽ ചേരാം.'

എല്ലാവരും ഓകെ പറഞ്ഞു.

എന്നാ ശരി, വരുന്ന ശനിയാഴ്ച രാവിലെ 10 മണിക്ക്. ഭഗത്തിന്റെ വീട്ടിൽ ഓക്കേ...

യോഗം കഴിഞ്ഞു. പലവഴിക്ക് ടോയ്ലറ്റിലേക്ക് നടക്കുമ്പോൾ ക്ലാസ് ലീഡർ ഭഗത്തിനോട് ചോദിച്ചു. 'എന്താ ഒരു ഗൂഢാലോചന, ... നിന്റെ മുഖത്ത് ഒരു കള്ളലക്ഷണമുണ്ടല്ലോ..'.

'ഓ.. അതോ..നിന്നെയങ്ങ് തട്ടിയാലോന്ന് വിചാരിച്ചതാ..പിന്നെത്തോന്നി വേണ്ടാന്ന്. വേറേ ഒന്നൂല്ലല്ലോ..പോട്ടെടാ കാട്ടൂസേ...'

'വേണ്ടായിരുന്നു..' ലീഡർ ഒന്നു ചെറുതായി...

വലിയ ഒരു ടെൻഷൻ ഒഴിവായതിന്റെയും എന്നാൽ പുതിയ ഒരു ദൗത്യ

ത്തിന് തുടക്കമായതിന്റെയും സന്തോഷത്തിലായിരുന്നു അവർ.

ക്ലാസിലേക്ക് കയറുന്നതിന് മുൻപ് നിവേദ്യ നദയോട് പറഞ്ഞു

'എനിക്ക് തോന്നുന്നു ഇത് അവർ തന്നെ തീരുമാനിക്കട്ടേന്നാ.. എന്തേ..?'

അല്ല, ഭഗത്തിന്റെ ഒരാവേശം കണ്ടില്ലേ...

അത് വേണ്ട നിനക്ക് പറയാമായിരുന്നില്ലേ, നിന്റെ വീട്ടിൽ മീറ്റിംഗ് കൂടാൻ സ്ഥലമില്ലേ..?

'ങാ.. അതല്ല, ആദ്യത്തെ മീറ്റിംഗ് ഏടയെങ്കിലും കൂടട്ട്. നമ്മക്ക് നോക്കാലോ.. എന്താ ചെയ്യുന്നത് എന്ന്. അടുത്ത മീറ്റിംഗിന് ബുദ്ധി മുട്ടുണ്ടാവൂല'.

അവർ വാതിൽക്കലെത്തുമ്പോഴേക്ക് സോഷ്യൽ ടീച്ചറും ക്ലാസി ലെത്തി. നടക്കാൻ അല്പം ബുദ്ധിമുട്ടുണ്ടെങ്കിലും ഒരു ക്ലാസിലും ലതി കടീച്ചർ വൈകി എത്താറില്ല. ടീച്ചർ വന്നയുടനെ പറഞ്ഞത് ഇങ്ങനെ യായിരുന്നു.

ഏഴ് ബി ക്ലാസ് എനിക്ക് ഏറെ ഇഷ്ടമുള്ള കുട്ടികളുടെ ക്ലാസാ ണ്. എല്ലാവരേയും നോക്കി പുഞ്ചരിച്ചുകൊണ്ടാണ് ടീച്ചർ അങ്ങിനെ പറഞ്ഞത്. എല്ലാവരും അത് കേട്ട് സന്തോഷിച്ചു.

ടീച്ചർ ബ്ലാക് ബോർഡിൽ എഴുതി 'ഭരണഘടന' ഭരണഘടന- ടീച്ചർ എഴുതിയത് വായിച്ചു. എല്ലാവരും അതുപോലെ വായിച്ചു. എന്നിട്ട് ടീച്ചർ ചോദിച്ചു. ആർക്കാണ് ഇതിനെക്കുറിച്ചു സംസാരിക്കാൻ പറ്റുക. എല്ലാവർക്കും പറ്റുമെന്നറിയാം, എന്നാലും ആരാണ് മുന്നോട്ട് വരുന്നത്...?

നദ എഴുന്നേൽക്കാൻ ആലോചിക്കുന്ന സമയത്ത് നിവേദ്യ ചാടി എഴുന്നേറ്റുകൈപൊക്കി.

ടീച്ചർ പിന്നെയും എല്ലാവരേയും നോക്കി. ... നദ, നിഹാര, ഭഗത്ത്,.. അങ്ങിനെ ഏഴുപേർ എഴുന്നേറ്റു.

ആദ്യം ആരാണ് പറയുന്നത്...?

നിവേദ്യ ഏറ്റവും ആദ്യം കൈപൊക്കി.

'ശരി എല്ലാവരും ഇരിക്ക്, ഒരു കാര്യം ചെയ്യാനുള്ള സന്നദ്ധതയാണ് പ്രധാനം. നാം റെഡിയായാൽ പാതി ശരിയായി. പിന്നെ പലരുടെയും പക്കൽ നിന്ന്പോസിറ്റീവ് എനർജി വന്നുചേരും. ഓകെ, അതുപോ ട്ടെ, ഇത്തവണ സ്വാതന്ത്ര്യദിനം നമ്മൾ എങ്ങനെ ആചരിക്കുന്നു..?'

ടീച്ചർ ഒരു ചോദ്യമെറിഞ്ഞു. നിങ്ങൾ ഓരോരുത്തരും നിങ്ങളുടെ അഭിപ്രായമെഴുതി നാളെ തന്നാൽ മതി.

'ങാ.. പിന്നെ ഒരുകാര്യം, ടീച്ചർ ഒരു നിമിഷം നിർത്തി. എല്ലാ കുട്ടികളെയും നോക്കി, അമ്പാടിക്ക് തോന്നി അവരുടെ സ്വകാര്യം പിടിച്ചെന്ന്, പക്ഷേ ഇല്ല. ഇന്നുച്ചക്ക് ഭക്ഷണം കഴിക്കാതിരുന്നവർ ആരൊക്കെ..?'

ഒരു കുട്ടി എഴുന്നേറ്റു.

'ഊം എന്താ ?

'വേണ്ടാഞ്ഞിറ്റ്'

'അതെന്താ വേണ്ടാത്തേ..?

'വെശന്നിറ്റില്ലാ'

'അത് എന്തുകൊണ്ടാണെന്ന് മനസ്സിലായോ...? നമ്മൾ രാവിലെ എഴുന്നേറ്റ് ലേശം വ്യയാമം ചെയ്യണം. എന്നിട്ട് മലമൂത്രവിസർജ്ജനം ചെയ്യണം. പിന്നെ കുളിച്ച് ഭക്ഷണം കഴിക്കണം. ഇങ്ങനെ ദിനചര്യ കൃത്യമായാൽ നല്ല വിശപ്പുണ്ടാകും നല്ല ഭക്ഷണം കഴിക്കും. നല്ല ആരോഗ്യമുണ്ടാകും. അതുകൊണ്ട് അക്കാര്യത്തിൽ ശ്രദ്ധിക്കണം.'

ചിരിച്ചുകൊണ്ട് അവർ തുടർന്നു.. 'ഇല്ലെങ്കിൽ പ്രശ്നാകുവേ...'

പുതിയ പാഠം എടുക്കാതെ തന്നെ പിരീയഡ് തീർന്നു. സാമൂഹ്യം ടീച്ചർ അങ്ങിനെയാണ് പലപ്പോഴും. ഒരു അദ്ധ്യായം തുടങ്ങുന്നതിന് മുൻപ് കുറേ കാര്യങ്ങൾ പറയും. അതോക്ക ആ പാഠത്തിന്റെ അനുബന്ധങ്ങളായിരുന്നുവെന്ന് പിന്നീട് മാത്രമേ മറ്റുള്ളവർക്ക് അറിയൂ.

ഒരുദിവസം ടീച്ചർ ചോദിച്ചു, നെല്ല് കാണാത്തവർ എഴുന്നേറ്റ് നിൽക്ക് എന്ന്, കുറേ കുട്ടികൾ എഴുന്നേറ്റുനിന്നു. അവർ ടൗണിൽ നിന്ന് വരുന്ന കുട്ടികളായിരുന്നു. അവർ നെല്ല് കണ്ടിട്ടില്ല, അടുത്ത ദിവസം ടീച്ചർ വരുമ്പോൾ കുറച്ച് നെല്ലും അരിയും ഒരു നെൽച്ചെടിയും കൊണ്ടുവന്നു. അതിനടുത്തദിവസം കുട്ടികളെയും കൂട്ടി പാടത്തേക്ക് പോയി. കൃഷി ചെയ്യുന്നത് കാട്ടിക്കൊടുത്തു. പിറ്റേദിവസത്തെ ക്ലാസിലാണ് ടീച്ചർ കൃഷി പഠിപ്പിച്ചത്.

മരച്ചോട്ടിലും പൂന്തോട്ടത്തിലുമാണ് മിക്കവാറും സോഷ്യൽ ക്ലാസുണ്ടാവുക. വാകമരത്തിന്റെയും ഇലഞ്ഞിയുടേയും ചോട്ടിലിരിക്കുമ്പോൾ ടീച്ചർ ആമരത്തിന്റെ വേര് മുതല് കൊഴിഞ്ഞു വീഴുന്ന പൂക്കളെക്കുറിച്ചുവരെ പറഞ്ഞുതരും. സാമൂഹ്യപാഠമാണ് ഏറ്റവും നല്ല വിഷയമെന്ന് ഓരോ കുട്ടിക്കും തോന്നും. അതുകൊണ്ട് അത് പഠിപ്പിക്കുന്ന ടീച്ചറെയാണ് എല്ലാവർക്കും ഏറേ ഇഷ്ടം. ടീച്ചർ ഭൂപടവും ഭൂഗോളവുമെല്ലാം കാട്ടിക്കൊടുത്ത്ചരിത്രവും ഭൂമിശാസ്ത്രവുമെല്ലാംകൃത്യമാക്കിക്കൊടുക്കും. ഒരിക്കലും ദേഷ്യപ്പെടാതെ ടീച്ചർക്കുപറ്റും.

നാല് മണിക്ക് ബെല്ലടിച്ചതും ഗ്രൂപ്പ് മെമ്പർമാർ ആലോചനയിലായി. മറ്റുള്ളവർ ഒച്ചയുണ്ടാക്കി പുറത്തേക്ക് ഗമിച്ചു. ഒരു പത്തുമിനിറ്റ്കൊണ്ട് സ്കൂൾ വെറും കെട്ടിടങ്ങൾ മാത്രമായി. പൂന്തോട്ടത്തില് മൂന്നാല് കുട്ടികൾ കളിച്ചു. രണ്ടുപേർ ഓഫീസിനടുത്ത് പതുങ്ങിനടന്നു. ഹെഡ്മാസ്റ്റർ ഓഫീസിലെ മരക്കസേരയിലിരുന്ന് എഴുത്ത്തന്നെ, പെൺകുട്ടികളൊക്കെ ഒഴിഞ്ഞുപോയപ്പോൾ സംഘത്തിൽ ആറുപേർ ബാക്കിയായി. അവർ ഒരു ടീമായി ഗേറ്റിനു മുന്നിൽ നിന്നു.നൗഫലിന്റെ ഓട്ടോ വന്നസമയത്ത് തന്നെ ഭഗത്തിന്റെ വണ്ടിയും വന്നു. നേരം പോയതോടെ ഗ്രൂപ്പിന്റെ വണ്ണം ചുരുങ്ങിവന്നു. ഒടുവിൽ നിതിനും ദേവാനന്ദും മാത്രം. സ്കൂളിന്റെ മുന്നിലെ ഇടവഴിയിൽ നോക്കി. വൈകുന്നേരത്തെ ചാഞ്ഞിറങ്ങുന്ന സൂര്യനെ കണ്ടു. ചെമ്മൺപാതയിൽ മഞ്ഞവെളിച്ചം തെറിപ്പിച്ച് പടിഞ്ഞാറോട്ട് ഒടുങ്ങിത്തീരുന്ന സൂര്യൻ.

ഒരു വലിയ മഞ്ഞഗോളം നോക്കിയിരിക്കെ ചുവന്നതായി. അവിടമാകെ നേരിയ പുക പരന്നതുപോലെ ഇരുട്ട് വ്യാപിക്കാൻ തുടങ്ങി. രണ്ടുപേരും പ്രകൃതിയിൽ ലയിച്ചിരിക്കുകയാണ്. ഒന്നും മിണ്ടാതെ കുറേസമയം ചിന്തകലുടെ ആകാശത്തിൽ അവർ ഒരു ടീച്ചറെക്കണ്ടു. എല്ലാവരും ഇഷ്ടപ്പെടുന്ന ഒരേയൊരു ടീച്ചർ. അവർക്ക് കുറേ കൈകളുണ്ടായിരുന്നു, കുറേ കാലുകളും. അവർ ആകാശത്ത്നിന്ന് ചിരിച്ചു. കുറേ മുഖമുണ്ടായിരുന്നെങ്കിലും അവയെല്ലാം പുഞ്ചിരി തൂകുന്നുണ്ടായിരുന്നു. അവർ കൈനീട്ടി. .

മക്കളെ പോന്നില്ലേ, നേരം ഇരുട്ടിയില്ലേ... വീട്ടിന്ന് അന്വേഷിക്കില്ലേ.. പോകൂ വേഗം...ടീച്ചർ പറഞ്ഞതായി നിതിന് തോന്നി.

വാടാ പോകാം... നിതിൻ പറഞ്ഞു.

ദേവാനന്ദിന് വീട്ടിലേക്ക് പോകാൻ ഇഷ്ടമേയല്ല. കള്ളും കുടിച്ച് അച്ഛൻ വീട്ടിലെത്തിയിട്ടുണ്ടാകും. കുറേ സമയം സ്കൂളിലും പുറത്തുമായി ചിലവഴിച്ചാണ് എന്നും അവൻ വീട്ടിലെത്തുന്നത്.

അവൻ മെല്ലെ എഴുന്നേറ്റ് ഇരുട്ടിലൂടെ നടന്നു. റോഡിൽ ആരൊക്കെയോ നിൽക്കുന്നുണ്ട്. കടകളിൽ നിന്ന് സാമാനങ്ങളും വാങ്ങി വീടണയാൻ വെമ്പൽ കൂട്ടുന്ന ആണുങ്ങളിൽ തന്റെ അച്ഛനുമുണ്ടോ എന്ന്ദേവാനന്ദ് വെറുതേ നോക്കി.

'ഇല്ല'

എല്ലാ അച്ഛൻമാരും ചെയ്യുന്നതുപോലെയല്ല തന്റെ അച്ഛൻ ചെയ്യുന്നത്. ദേവൂട്ടന് സങ്കടം വന്നു.

അവന് നിതിന്റെ അച്ഛനെ ഓർമ്മവന്നു. അവന് നിതിനോട് അസൂയ

തോന്നി.

ഒന്നും മിണ്ടാതെയാണ് രണ്ടുപേരും നടന്നത് . വീട്ടിൽ ചെന്ന് ചേരുമ്പോൾ നിതിൻ നന്നേ ക്ഷീണിച്ചിട്ടുണ്ടായിരുന്നു. ദേവാനന്ദും.

നിതിൻ പുസ്തകസഞ്ചി ഇറയത്ത് വച്ച് അവിടത്തന്നെ കുറേനേരമിരുന്നു.

'എന്താടാ, എന്തുപറ്റി നിനക്ക്?' നിതിന്റെ അമ്മ അവനോട് ചോദിച്ചുകൊണ്ട് പുറത്തേക്ക് വന്നു. അവന്റെ മുഖം തടവിക്കൊണ്ടു പറഞ്ഞു. 'വേഗം പോയി കുളിച്ചിട്ട് വാ ചായകുടിക്കാലോ'....

## തേൻകുടിക്കുന്ന വണ്ടുകൾ

ശനിയാഴ്ചയാവാൻ ഒരാഴ്ച തികച്ചും ബാക്കിയുണ്ടെങ്കിലും ഭഗത്തിന് അന്ന് രാത്രി തീരെ ഉറക്കം വന്നില്ല. ഒരു യോഗം തന്റെ വീട്ടീൽ ചേരുന്നു. അതിന് താൻ സമ്മതം കൊടുത്തു. അച്ഛനും അമ്മയും സമ്മതിച്ചുവെങ്കിലും ആദ്യത്തെ മീറ്റിംഗ് നമ്മുടെ വീട്ടിലാകുമെന്ന് അവരും കരുതിക്കാണില്ല.

തന്നെ കൂടാതെ തന്റെ ക്ലാസിലെ ഒൻപത്പേർ ആദ്യമായി എന്റെ വീട്ടീലേക്ക് വരികയാണ്.ക്ഷണിക്കപ്പെട്ട അതിഥികൾ. അവരെ നല്ല രീതിയിൽ സ്വീകരിക്കേണ്ടത് തന്റെയും വീട്ടുകാരുടെയും കടമയാണ്. അതിന് ഒരു കോട്ടവും തട്ടാൻ പാടില്ല. അത് തന്നെ പിന്നെയങ്ങോളം ബാധിക്കും. അതുകൊണ്ട് സ്വീകരണം ഗംഭീരമായിരിക്കണം.

അച്ഛന് അന്ന് വേറെ തിരക്കൊന്നുമുണ്ടാകല്ലെ അച്ഛനോട് ചോദിക്കാതെയാണ് തീയ്യതികൊടുത്തത്. ഭഗത്ത് മനസ്സിൽ പ്രാർത്ഥിച്ചു. ഭഗത്തിന്റെ അച്ഛൻ പുതിയ ഒരു നാടകത്തിൽ അഭിനയിക്കുന്നുണ്ട്. സുജിൽ മാങ്ങാടിന്റെ പുതിയനാടകം ബെഞ്ച്. അതിലെ മുഖ്യ കഥാപാത്രമാണ് ഭഗത്തിന്റെ അച്ഛൻ. കുറെ വേദികളിൽ കളിച്ച നാടകത്തിന് നാലഞ്ച് അവാർഡുകൾ കിട്ടി. അതിൽ പിന്നെ വലിയ തിരക്കാണ്. എന്തായാലും സമ്മാനഗ്രൂപ്പിന്റെ ആദ്യയോഗം ചേരുന്ന ശനിയാഴ്ച പകൽ അച്ഛൻ വീട്ടിലുണ്ടായാൽ എല്ലാവർക്കും പരിചയപ്പെടുത്തികൊടുക്കാലോ. മാത്രമല്ല അത്തരം സന്ദർഭങ്ങളിൽ അച്ഛൻ അടുത്തുണ്ടാവുന്നത് ഒരു ധൈര്യമാണ് ഭഗത്തിന്.

ഒരു യോഗം വിളിച്ചു ചേർക്കുന്ന ആദ്യത്തെ കുട്ടിയായിരിക്കും താനെന്നതിൽ അവന് ഒരുപാട് അഭിമാനം തോന്നി. സ്കൂളിൽ നടക്കാറുള്ള സാഹിത്യ സമാജങ്ങളും ക്ലബ്ബിന്റെ യോഗങ്ങളും അവന്റെ മനസ്സിലൂടെ കടന്നുപോയി. ആദ്യം ഒരാൾ സ്വാഗതം പറയും. പിന്നെ യോഗ കാര്യങ്ങൾ നിയന്ത്രിക്കുന്നത് അധ്യക്ഷനാണ്. ഒരാൾ പരിപാടി ഉദ്ഘാടനം ചെയ്യും. ഒന്ന് രണ്ട് പേർ ആശംസയർപ്പിച്ച് സംസാരിക്കും. പിന്നെ ഒരു നന്ദി പ്രകടനം ഇത്രയുമായാൽ നല്ലൊരു യോഗമായി.

ഇവിടെ അങ്ങനെയൊന്നും വേണ്ടെങ്കിലും അതിന്റെ രീതിയിൽ

തന്നെ നടക്കണം. എന്നാലെ ഒരു ഗമയുള്ളു. ബാക്കിയുള്ളവർ പറയണം ഭഗത്ത് കൊള്ളാലോന്ന്. നിശബ്ദമായ രാത്രിയിൽ അവൻ ഒരുപാട് ചിന്തിച്ചുകൂട്ടി. നല്ലൊരു പ്രാസംഗികനാവണം. സാഹിത്യസമാജത്തിന്റെ യോഗങ്ങളിൽ മലയാളം മാഷ് പറയുന്നത് പോലെ ചെയ്യാനാകണം. മാഷ്ക്ക് എവിടുന്നാ ഇത്രയൊക്കെ വാക്കുകൾ കിട്ടുന്നത്. ഒരുപാട് വായിക്കുന്നവർക്കേ നല്ല പ്രാസംഗികരാകാൻ പറ്റൂ എന്ന് മാഷ് തന്നെ പറയാറുണ്ട്. അവർക്കേ നന്നായി എഴുതാനും പറ്റൂ. പക്ഷേ മാഷ് ഒരുപാട് വായിക്കുന്നുണ്ടോ . എപ്പോഴും സ്കൂളിൽ തന്നെയല്ലേ.

ഉണ്ടാവുമായിരിക്കും വലിയ ആളുകളുടെ കാര്യം... അവൻ മെല്ലേ ഉറക്കത്തിലേക്ക് ഒലിച്ചിറങ്ങി.

നേരം പുലർന്നിട്ടും ഭഗത്ത് എഴുന്നേറ്റില്ല. വൈകി ഉറങ്ങിയതല്ലേ.. പിന്നെ അമ്മയുടെ വിളികേട്ട് ചാടിപിടഞ്ഞെണീറ്റു.

സ്കൂളിലേക്ക് പോകുന്ന വഴിയിൽ അമ്പലത്തിനടുത്തുള്ള ഇടവഴിയിൽ നിന്ന് നോക്കിയാൽ കാണുന്ന സ്ഥലത്ത് ഒരാൾ റോഡരികിൽകിടക്കുന്നു. ഭഗത്ത് അങ്ങോട്ട് ചെന്നു. അങ്കിൾ എന്താ ഇവിടെ കിടക്കുന്നത്. അയാൾ മുഖമൊന്നനക്കി ഭഗത്തിനെ നോക്കി. അത് ദേവാനന്ദിന്റെ അച്ഛനാണ്. ഈയിടെ തലയിടിച്ച് വീണ് മുറിഞ്ഞ് ഓപ്പറേഷൻ ചെയ്തതാണ്. കുറെ ദിവസം റസ്റ്റ് വേണമെന്ന് ഡോക്ടർമാർ നിർദ്ദേശിച്ചത് കൂട്ടാക്കാതെ പണിക്കിറങ്ങിയതാണ്. കൈവിറയൽ കാരണം സ്കൂട്ടർ തെന്നി റോഡരികിൽ വീണു. ഭഗത്തിന് ആകപ്പാടെ വിഷമമായി എന്തായിപ്പം ചെയ്യാ..? മോനൊന്നും ചെയ്യണ്ട പോയ്ക്കോ അയാൾ പറഞ്ഞു. അങ്ങനെ ഇട്ടേച്ച് പോകാൻ അവന് മനസ്സ് വന്നില്ല. അവൻ തൊട്ടടുത്ത വീട്ടിലേക്ക് കയറിചെന്നു അവരോട് പറഞ്ഞു.

'അങ്കിളെ ഒരാൾ റോഡിൽ വീണുകിടക്കുന്നുണ്ട് ഒന്ന് ആസ്പത്രിയിൽ എത്തിക്കണം.'

ഭഗത്ത് തിരിച്ച് വന്ന് അയാളോട് കാര്യം പറഞ്ഞ് സ്കൂളിലേക്ക് നടന്നു. പോകുന്ന വഴിയിലും അയാൾ അത് തന്നെ ഓർത്തു. ദേവാനന്ദിന് എത്ര വിഷമമാകും. ഇതിന് മുമ്പും പലതവണ അയാൾ ഇങ്ങനെ വീണിട്ടുണ്ട്. വീട്ടിൽ എന്നും വഴക്കും. ദേവാനന്ദിന് ഒരു ചേച്ചിയുണ്ട്. അവരും ഒരുപാട് വിഷമിക്കുന്നുണ്ട്. എന്തേ ചില അച്ഛൻമാർ ഇങ്ങനെ. വഴിയിൽ കണ്ട കാര്യം അവനാരോടും പറഞ്ഞില്ല എന്തിന് വെറുതെ മറ്റുള്ളവരെ വിഷമിപ്പിക്കുന്നു. ....വേണ്ട

സ്കൂളസംബ്ലിയിൽ ഹെഡ്മാസ്റ്റർ സ്വാതന്ത്ര്യദിനാഘോഷത്തിന്റെ കാര്യങ്ങൾ പറഞ്ഞു. അന്ന് ലീവാണെന്ന് കരുതി ആരും വരാതിരിക്ക

രുത്. നമ്മുടെ രാജ്യം ബ്രിട്ടീഷ് കാരിൽ നിന്ന് സ്വാതന്ത്ര്യം നേടിയ ദിസമാണ്. അതിന്റെ മഹത്വം നമ്മൾ എല്ലാവരും ഒന്നിച്ചാഘോഷിക്കണം. പായസം കുടിച്ച് പിരിയാം. ഹെഡ്മാഷ് പറഞ്ഞാൽ എല്ലാവരും കേൾക്കും. ദേഷ്യം കൂടിയാൽ നല്ല തല്ല് തരുമെങ്കിലും എല്ലാവർക്കും അദ്ദേഹത്തെ ഇഷ്ടമാണ്.

ഹെഡ്മാഷെ കൂടാതെ അസംബ്ലിയിൽ സോഷ്യൽ ടീച്ചറും സംസാരിച്ചു. അവരും സ്വാതന്ത്ര്യത്തിന്റെ മഹത്വത്തെ കുറിച്ചായിരുന്നു പറഞ്ഞത്. കൂടാതെ നിവേദ്യയുടെ പ്രശ്നോത്തരിയും നാലാംക്ലാസിലെ ഐശ്വര്യയുടെ കവിതാലാപനവുമുണ്ടായിരുന്നു.

അസംബ്ലി കഴിഞ്ഞ് ക്ലാസിലേക്ക് വരി വരിയായി നടക്കുമ്പോൾ ഭഗത്തിന്റെ പിന്നിൽ മൂന്നാമതായി നടക്കുകയായിരുന്ന നമീഷ് ഭഗത്തിനെയൊന്ന് തോണ്ടി. അവൻ തിരിഞ്ഞ് നോക്കിയപ്പോൾ നമീഷ് പുഞ്ചിരിച്ചു. ഒരു സുയിപ്പൻ പുഞ്ചിരി.

'എന്താടാ'

ഭഗത്ത് മുഖംകൊണ്ട് ചോദിച്ചു. അവൻ സച്ചിൻ ടെണ്ടുൻക്കറെ പോലെ മുതുക് കുലുക്കി. പിന്നെ രണ്ടുപേരും നേരെ നോക്കി നടന്നു.

എത്രപെട്ടന്നാണ് ഒരാഴ്ച കടന്നുപോയത്. സന്തോഷമുണ്ടാകുമ്പോൾ അങ്ങനെ സംഭവിക്കും. വേഗം തന്നെ തീർന്നുപോകും. ദുഃഖമാണെങ്കിൽ സമയവും ദിവസവും നീങ്ങുന്നേയില്ല എന്ന് തോന്നും. തൊടിയിലെ നമ്പ്യാർ വട്ടത്തിൽ വെളുത്ത പൂക്കൾ കുറെയുണ്ട് . അതിലേക്ക് തേൻ കുടിക്കാൻ വന്ന വണ്ടുകളെ നോക്കി ഭഗത്ത് ചിന്തിച്ചു. ഈ വണ്ടുകളെത്ര ഭാഗ്യവാന്മാരാണ്. ! എന്നും തേൻ കുടിക്കാൻ പറ്റുന്ന വണ്ടുകൾ. പൂക്കളിൽ നിന്ന് പൂക്കളിലേക്ക് വണ്ടുകൾ മുളിപ്പറന്നു.

ഭഗത്ത് രാവിലെ തന്നെ അച്ഛനോട് പറഞ്ഞു. അച്ഛാ ഇന്നാണ് ശനി. എന്റെ കൂട്ടുകാർ ഇവിടേക്ക് വരുന്നത്. എന്തെങ്കിലും ഒരുക്കണ്ടെ. ആദ്യമായിട്ടല്ലേ ഇങ്ങനെ ഒരു മീറ്റിങ്ങ്. ഭഗത്തിന്റെ അച്ഛന് അക്കാര്യം ഓർമ്മയുണ്ടായിരുന്നു എങ്കിലും ചോദിച്ചു.

'ഇന്നാണോ..? അവരെങ്ങനെ, ഉച്ചഭക്ഷണത്തിനുണ്ടാകുമോ? അതോ ഒരു ചായയും കടിയും മതിയോ'?..

'രണ്ടും വേണച്ഛാ'.

വന്ന് കുറച്ച് കഴിഞ്ഞ് ഓരോ ഗ്ലാസ്സ് ചായയും ഓരോ ബിസ്ക്കറ്റും കൊടുക്കാം. പിന്നെ ഉച്ചയ്ക്ക് ഊണും എന്തേ..? ഭഗത്ത് ഒളികണ്ണിട്ട്

അച്ഛനേ നോക്കി ചോദിച്ചു. അവൻ അന്നേരം ചിരിക്കുന്നുണ്ടായിരുന്നു. കയ്യിൽ കരുതിയ മണിക്കല്ലുകൾ ദൂരേക്ക് അലക്ഷ്യമായി എറിഞ്ഞുകൊണ്ട് അവൻ അച്ഛന്റെ മറുപടിക്ക് കാത്തു.

ഭഗത്തിന്റെ അച്ഛൻ ഭഗത്തിനെ നോക്കി പുഞ്ചിരി തൂകികൊണ്ട് പറഞ്ഞു.

'ശരി, ഞാനൊന്ന് കടവരെ പോയിട്ടുവരാം.

'ഞാൻ വരണോ..?'

'വേണ്ട, വേണ്ട. അവര് വരുമ്പം നീ ഇവിടെ വേണ്ടെ.'

'അത് ശരിയാ...'

ഭഗത്ത് ഒരു കാരണവരുടെ ഗമയിൽ പറഞ്ഞു. അവൻ കാര്യങ്ങളൊക്കെ സംസാരിക്കുമ്പോൾ ഒരു പക്വത അവനിൽ ദർശിക്കുകയായിരുന്നു അവന്റെ അച്ഛൻ. സ്കൂട്ടറിൽ ബജാറിലേക്ക് പോകുമ്പോൾ ഭഗത്തിന്റെ അച്ഛൻ വിചാരിച്ചു. കുറച്ച് ഇറച്ചി വാങ്ങണം എതായാലും ഒരു ഭക്ഷണമുണ്ടാക്കുന്നതല്ലേ. നന്നാക്കി കളയാം. അത് വരുന്ന കുട്ടികൾക്കും ഭഗത്തിനും വലിയ സന്തോഷമാകും.

അച്ഛൻ സാധനങ്ങൾ വാങ്ങാൻ പുറത്ത് പോയി. കുറച്ച് സമയം കഴിഞ്ഞപ്പോൾ തന്നെ പടയെത്തി. നല്ല സെറ്റപ്പിലാണ് വരവ്. ഒൻപത്പേർ രണ്ട് ഓട്ടോറിഷയിലാണ് വന്നത്. ജിതിനും ദേവാനന്ദും. എല്ലാവരെയും വിളിച്ച് പറഞ്ഞതനുസരിച്ച് ജനകീയ വായനശാലയുടെ സമീപം 9 മണിക്ക് എത്തിച്ചേർന്നു. അവിടെ ജിതിന്റെ അച്ഛൻ രണ്ട് റിഷകളിലാക്കി വിടുകയായിരുന്നു.

ഭഗത്ത് എല്ലാവരെയും വീട്ടിലേക്ക് ക്ഷണിച്ചു.

'വാടാ വാ ഇരിക്ക്.'

ആൺകുട്ടികളേ നോക്കി ഭഗത്ത് പറഞ്ഞു. പെൺകുട്ടികൾ എല്ലാം സുന്ദരികളാണ്. സ്കൂൾ യൂനിഫോമിലല്ലാതെ ഭഗത്ത് ഇതിനുമുമ്പ് അവരെ കട്ടിട്ടില്ല. നിങ്ങൾ അകത്തിരുന്നോ. പെൺകുട്ടികളെ നോക്കി ഭഗത്ത് പറഞ്ഞു. കുടിക്കാനെന്താ എടുക്കേണ്ടത്. ഭഗത്ത് ആചാര്യമര്യാദകാട്ടി. ജിതിൻ പറഞ്ഞു. ഇതെന്താ ഹോട്ടലാണോ.

അത് അവർക്കിടയിൽ ഒരു കൂട്ടചിരി പരത്തി . പുറത്ത് ഒച്ച കേട്ട് ഭഗത്തിന്റെ അമ്മ അടുക്കളയിൽ നിന്ന് ഇറയത്തേക്ക് വന്ന്കൊണ്ട് ഭഗത്തിനോട് പറഞ്ഞു. അവരെയല്ലാം ഇരുത്ത്. നീയല്ലേ വീട്ടുകാരൻ. അവർ അമ്മയെ കണ്ട് ബഹുമാനത്തോടെ പറഞ്ഞു

'ഞങ്ങളിരുന്നോളാം അമ്മേ..

'മോനെ അച്ഛനേടപ്പോയി ...?'

'അച്ഛൻ കടയിൽ പോയി. ഇപ്പം വരും.'

'എന്നാ ഞാൻ ചായ വെക്കാം. നിങ്ങ മീറ്റിങ്ങ് തുടങ്ങിക്കോ...ന്തേ'

'ശരി അമ്മേ.'

'വാ വാ സമയം കളയണ്ട'. ഭഗത്ത് അവരെയല്ലാം വീടിന്റെ മുകളിലേ നിലയിലേക്ക് ക്ഷണിച്ചു. അവന്റെ മുറിയാണത് കട്ടിലും ഒന്ന് രണ്ട് കസേരകളും ഒരു മേശയുമാണുള്ളത്.

'ഇവിടെയിരുന്നാൽ പോരെ'? ഭഗത്ത് ജിതിനോട് ചോദിച്ചു.

'ഇവിടെ എല്ലാവർക്കും ഇരിക്കാൻ പറ്റ്വോ.?'

'വേണ്ട, നമുക്ക് താഴെ സിറ്റൗട്ടിലിരിക്കാം. അതല്ലെ നല്ലത്'

'അവിടെയാകുമ്പം എല്ലാരും കാണില്ലെ.?'

'ഏയ്, എന്ത് കാണാൻ... നമ്മളെന്താ ബോംബ് ഉണ്ടാക്കുന്നൊന്നുമില്ലല്ലോ. കാണട്ട്ന്ന് ഇല്ലെങ്കിൽ ഒച്ചകേട്ട് അവര് ഇങ്ങോട്ട് വരും. നല്ലത് താഴെ തന്നെ.'

'ശരിയാണ്' നദ അഭിപ്രായപ്പെട്ടു. മറ്റുള്ളവർ സപ്പോർട്ട് ചെയ്തു. എല്ലാ വരും താഴെയെത്തിയപ്പോഴേക്കും ഭഗത്തിന്റെ അച്ഛൻ സാധനങ്ങളുമായി വന്നു. ഓ എല്ലാവരും എത്തിയല്ലേ... എങ്ങനെയാ വന്നത്..? ഭഗത്തിന്റെ അച്ഛൻ അതിഥികളോട് ചോദിച്ചു.

'ഇവർ ഓട്ടോക്കാണ് വന്നത്. രണ്ട് റിഷയിൽ' ഭഗത്ത് പറഞ്ഞു. 'ചായ കുടിച്ചിട്ട് തുടങ്ങിയാ മതി. വേഗം ചായ ഉണ്ടാക്കാം കേട്ടോ മക്കളെ'. ഭഗത്തിന്റെ അച്ഛൻ പറഞ്ഞു. 'ശരി അച്ഛാ, എന്നാ ഞാൻ പരിചയപ്പെടുത്താം.'

'ങ്ആ.. അങ്ങനെയാവട്ടെ തുടങ്ങിക്കോ.' ഭഗത്ത് എല്ലാ സുഹൃത്തുക്കളേയും അവരുടെ വീടും അച്ഛന് പരിചയപ്പെടുത്തികൊടുത്തു. അതിന് ശേഷം തന്റെ അച്ഛനെ അവർക്ക് പറഞ്ഞുകൊടുത്തു. അപ്പോഴേക്കും അമ്മ ചായയും ബിസ്ക്കറ്റും കൊണ്ടുവന്നു. അച്ഛൻ ട്രേയിൽ നിന്ന് ഓരോന്നെടുത്ത് കുട്ടികൾക്ക് കൊടുക്കുമ്പോൾ ഭഗത്ത് പറഞ്ഞു. 'ഇത് എന്റെ അമ്മ'.

ചായ കുടി കഴിഞ്ഞ് പതിനൊന്ന് മണിയോടെ അവർ യോഗം തുടങ്ങി. ജീവിതത്തിലെ ആദ്യത്തെ യോഗം ചേരൽ. എല്ലാവരും ഒരു നിമിഷം നിശബ്ദരായി. മൗനത്തിലിരുന്നവരെ ശബ്ദത്തിലേക്ക് എത്തിച്ചത് ഭഗത്ത് തന്നെയായിരുന്നു അവൻ പറഞ്ഞു.

'മിണ്ടാതിരിക്കാനാണോ വന്നത്, തുടങ്ങണ്ടെ. ആദ്യം ഞാൻ സ്വാഗതം പറയാം. അതിന് മുമ്പ് അധ്യക്ഷനാകാൻ റെഡിയാകണം. ഈ രണ്ട് പ്രസംഗങ്ങൾ കഴിഞ്ഞാണ് ചർച്ച. അത് അധ്യക്ഷന്റെ

നിർദ്ദേശപ്രകാരം നടക്കും. ഒരു നന്ദി പ്രകടനം വേണം. ഇതും ആയാൽ യോഗനടപടികൾ തീരും. ഓകെ.'

ദേവാനന്ദ് പറഞ്ഞു. സ്വാഗതം നീ തന്നെയാണ് പറയേണ്ടത്. അധ്യക്ഷനായിട്ട് ജിതിൻ എന്താ പോരെ.?

'മതി മതി' നദയും നിഹാരയും മറ്റുള്ളവരും സമ്മതിച്ചു.

'എന്നാ തുടങ്ങാം.' ഭഗത്ത് എഴുന്നേറ്റ് നിന്ന് സ്വാഗതഭാഷണമാരംഭിച്ചു.

'ബഹുമാനപ്പെട്ട അധ്യക്ഷൻ, സുഹൃത്തുക്കളെ, നമ്മളിന്ന് ഒരു പ്രധാന കാര്യം ചർച്ച ചെയ്യാനാണ് ഇവിടെ കൂടിയിരിക്കുന്നത്. കാര്യം എന്താണെന്ന് എല്ലാവർക്കും അറിയാം. ഈ യോഗത്തിൽ എത്തിച്ചേർന്ന എല്ലാ കൂട്ടുകാരെയും സ്നേഹത്തോടെ സ്വാഗതം ചെയ്യുന്നു. ഈ യോഗ നടപടികൾ നിയന്ത്രിക്കുന്നതിന് ജിതിനെ ക്ഷണിക്കുന്നു.'

നല്ലൊരു കയ്യടിയോടെ സ്വാഗത ഭാഷണം അവസാനിച്ചു. തുടർന്ന് ജിതിൻ എഴുന്നേറ്റ് സംസാരിക്കാൻ തുടങ്ങി.

'എന്റെ മനസ്സിൽ തോന്നിയ ഒരു കാര്യം ഞാൻ ആദ്യം പറയുന്നു.' ദേവാനന്ദിനോടാണ്. അത് പിന്നെ ഈ കൂടിയിരിക്കുന്ന എല്ലാവരിലും എത്തി. 'ഒരു തുടക്കകാരൻ എന്ന നിലയിൽ എനിക്ക് തോന്നിയത് തന്നെ നിങ്ങളും അംഗീകരിച്ചതിൽ അതിന് വേണ്ടി ഒന്നിക്കാൻ തീരുമാനിച്ചതിൽ എനിക്ക് ഒരുപാട് സന്തോഷമുണ്ട്. മറ്റുള്ളവർ കേട്ടാൽ നിസ്സാരമെന്ന് തോന്നുമെങ്കിലും നമ്മൾക്കിത് വളരെ വിലയുള്ളതാണ്. ഒരു മാഷിന് ഒരു സമ്മാനം വിലമതിക്കാനാകാത്ത രീതിയിലുള്ള ഒരുസമ്മാനം. അതിന് നാമാരെയും ആശ്രയിക്കരുത്. അതാണ് കണ്ടീഷൻ. നമ്മുടെ ഗ്രൂപ്പ് അങ്ങനെ ഒന്ന് നൽകിയാൽ മറ്റ് പലർക്കും അത് ഒരു പ്രചോദനമാകും. അങ്ങനെ നമ്മൾ അതിന്റെ തുടക്കക്കാരാകും. എന്തുവേണം. ആർക്ക് വേണം ഈ രണ്ട് കാര്യങ്ങളാന്ന് ഇന്ന് ഇവിടെ തീരുമാനിക്കാനുള്ളത്. ചർച്ചയ്ക്കായി വിട്ടുകൊണ്ട് ഞാൻ തൽക്കാലം നിർത്തുന്നു.'

ജിതിൻ ഇരുന്നു...... നല്ലൊരു പ്രാസംഗികന്റെ തലയെടുപ്പോടെ ജിതിൽ ഇരുന്നു. സദസ്സ് നിശബ്ദം എല്ലാ കൂട്ടുകാരും അത്ഭുതത്തോടെ ജിതിനെ നോക്കി. അവർ മനസ്സിൽ പറഞ്ഞു. കൊള്ളാലോ ജിതിൻ

ജിതിൻ പറഞ്ഞു 'ആരെങ്കിലും തുടങ്ങ്. ആദ്യം നമുക്ക് ടീച്ചറെ കണ്ടുപിടിക്കാം.' ഭഗത്ത് എല്ലാവരെയും നോക്കി പറഞ്ഞു. 'ഏറ്റവും ഇഷ്ടമുള്ള ഒരു ടീച്ചറുടെ പേര് പറയുകയോ എഴുതിവയ്ക്കുകയോ

ചെയ്യാം അധ്യക്ഷൻ പറഞ്ഞു.

'ലതിക ടീച്ചർ' നിവേദ്യ പറഞ്ഞു.

നിഹാരയും നദയും മുബീനയും അത് തന്നെ പറഞ്ഞു. അധ്യക്ഷൻ - 'അപ്പോ പെൺപടയുടെ ഏകകണ്ഠമായ അഭിപ്രായം സോഷ്യൽ ടീച്ചർ എന്നാണ്. അല്ലെ...?'

'അതേ' അവർ ഒന്നിച്ച് പറഞ്ഞു.

ഭഗത്ത് അവരെ ചൊടിപ്പിക്കാൻ വേണ്ടി പറഞ്ഞു 'അപ്പോ മാറ്റമില്ലേ?. രാഘവൻ മാഷ് എന്ന് ഇതിനിടെ ഒരു ദിവസം നദ പറയുന്നുണ്ടായിരുന്നല്ലോ. അപ്പോ കണക്ക് മാഷക്ക് ആരും ഒന്നും കൊടുക്കണ്ട.'

'അതെ ഏറ്റവും ഇഷ്ടമില്ലാത്ത മാഷ് കണക്ക് മാഷാണ്.' എന്നാ ബാക്കിയുള്ളവർ പറ' അധ്യക്ഷൻ ആൺകുട്ടികളെ നോക്കി പറഞ്ഞു. ഈ സമയത്താണ് ഭഗത്തിന്റെ അച്ഛൻ യോഗസ്ഥലത്തേക്ക് ഹാളിൽ നിന്ന് എത്തി നോക്കിയത്. അത് ഉച്ചഭക്ഷണത്തിന് എത്ര പേരുണ്ട് എന്ന് നോക്കിയതായിരുന്നു. അയാൾ എത്തി നോക്കിയ ഒരു നിമിഷം സദസ്സ് ചിരി നിർത്തി ഗൗരവത്തിലായി.

'ഇല്ല ഇല്ല ഞാൻ ഒന്ന് നോക്കിയതാണ്. തുടർന്നോളൂ..' അങ്ങനെ പറഞ്ഞ് അയാൾ പിൻവലിഞ്ഞു.

പെൺകുട്ടികൾ എല്ലാവരും സോഷ്യൽ പഠിപ്പിക്കുന്ന ലതിക ടീച്ചറെയാണ് തിരഞ്ഞെടുത്തത്. അതിൽ നിന്ന് അവർ മാറാനും പോകുന്നില്ല. അത്രക്കിഷ്ടമാണ് ലതിക ടീച്ചറെ. ഒരു ദിവസവും ലീവാക്കാതെ നേരത്തെയെത്തുന്ന ലതിക ടീച്ചർ എല്ലാവരും പോയതിനുശേഷമോ, അവസാനം നടന്നുപോകുന്ന കുട്ടികളുടെ കൂടെയോ മാത്രമേ വീട്ടിലേക്ക് പോകുകയുള്ളു. ഒരിക്കലും ദേഷ്യം വരാത്ത ഒരു ടീച്ചർ. അവർ ആരെയും അടിച്ചില്ല, ഒന്ന് തറപ്പിച്ച് നോക്കിയിട്ടുപോലുമില്ല.

ഇടക്കിടെ അസംബ്ലിയിൽ സംസാരിക്കുന്നതും വാർഷികത്തിന് ആങ്കറിങ്ങ് നടത്തുന്നതും അവരാണ്. പുതിയ പുതിയ വാക്കുകൾ കൂട്ടിച്ചേർത്ത് മനോഹരമായി അവർ അനൗൺസ് ചെയ്യും. എത് കുട്ടി എന്ത് അപേക്ഷിച്ചാലും ചെയ്തുകൊടുക്കുന്ന ടീച്ചറാണവർ. ഹെഡ്മാഷിൽ നിന്നോ മറ്റ് അധ്യാപകരിൽ നിന്നോ, രക്ഷിതാക്കളിൽ നിന്നോ വാങ്ങിച്ചെടുക്കേണ്ടതാണെങ്കിൽ കൂടി ലതിക ടീച്ചർ ഏറ്റെടുക്കും. സ്വാതന്ത്ര്യദിനത്തിനും മറ്റ് വിശേഷ ദിവസങ്ങളിലും ആഘോഷപരിപാടിക്ക് നേതൃത്വം കൊടുക്കുന്നത് ലതിക ടീച്ചറാണ്. കുട്ടികളില്ലാത്ത ടീച്ചർക്ക് എല്ലാ കുട്ടികളോടും നിറഞ്ഞ വാത്സല്യമാണ്.

നൗഫൽ ആൺകുട്ടികളുടെ ഭാഗത്ത് നിന്ന് ഒരു സ്റ്റാർട്ട് കൊടു

ത്തു. എനിക്ക് തോന്നുന്നു, 'നമ്മുടെ മലയാളത്തിന്റെ വിജയൻ മാഷാണ് നല്ലതെന്നാ,'. നൗഫലിന് വിജയൻ മാഷോട് ഒരു പ്രത്യേക ഇഷ്ടമുണ്ട്. അതിന് ഒരു കാരണവുമുണ്ട്. നൗഫലിന്റെ ഉപ്പ നൗഫലിനെ ടൂറ് കൊണ്ടുപോകേണ്ട എന്ന് പറഞ്ഞപ്പോൾ വിജയൻ മാഷ് ഇടപെട്ടാണ് ശരിയാക്കിയത്. പിന്നെ ഒരിക്കൽ മലയാളം ക്ലാസിൽ അവന്റെ പേന പറ്റാതെ വന്നപ്പോൾ മാഷുടെ പെന്നാണ് നൗഫലിന് കൊടുത്തത്. അന്ന് അഭിമാനത്തോടെ അവൻ ക്ലാസ്സ് മുറി മുഴുവൻ നോക്കി. പിന്നെയും വിജയൻ മാഷെ ഇഷ്ടപ്പെടാൻ നിരവധി കാരണങ്ങൾ ഉണ്ട്. അന്നം കൊടുക്കുന്ന മാഷാണ്. ഉച്ചയൂണ് സമൃദ്ധമാക്കാൻ പച്ചക്കറി കൃഷി തുടങ്ങിയതും വിജയൻമാഷാണ്. പിന്നെ എല്ലാ യോഗങ്ങളിലും സ്വാഗതം പറയുന്നതും അദ്ദേഹമാണ്. കൂടാതെ മലയാളം കവിത ചൊല്ലുന്നത് കേൾക്കാൻ നല്ല രസമാണ്. ഇതൊക്കെ എല്ലാ കുട്ടികൾക്കും അറിയാവുന്നതാണ്. അതിലൊന്നും ആർക്കും എതിർപ്പുമില്ല. ആൺപെൺ വിത്യാസമില്ലാതെ എല്ലാവർക്കും വിജയൻമാഷെ ഇഷ്ടം തന്നെ.

പക്ഷേ ഭഗത്ത് ഒന്ന് പുറത്തു നോക്കി അച്ഛനോ അമ്മയോ വരുന്നുണ്ടോ എന്ന് എത്തിനോക്കി പറയാൻ തുടങ്ങി.

'എന്താ സയൻസ് ടീച്ചർക്ക് കുഴപ്പം? അവർക്ക് സമ്മാനം കൊടുക്കണംന്നാണ് എനിക്ക് ആഗ്രഹം. സയൻസ് ടീച്ചർ സജിത കാണാൻ സുന്ദരിയാണ്. അത്ര സൗന്ദര്യമുള്ള ടീച്ചർ ആ സ്കൂളിൽ ഇല്ല. ആ നാട്ടിലെ ഏറ്റവും സുന്ദരിയാണവർ. മനോഹരമായി ചിത്രങ്ങൾ വരയ്ക്കുകയും ഡാൻസ് ചെയ്യുകയും ചെയ്യുന്ന ടീച്ചറാണവർ. സയൻസിന്റെ ചിത്രങ്ങൾ ബോഡിൽ വരച്ചത് കണ്ടാൽ മായ്ക്കാൻ തോന്നില്ല. പക്ഷേ ചിലപ്പോൾ അവർക്ക് ദേഷ്യം വരും. സയൻസ് നോട്ടും ടെസ്റ്റും എല്ലാവരുടെയും നല്ല വൃത്തിയുണ്ടാകും. ഒരു പൊടി പോലും പറ്റിക്കാൻ ടീച്ചർ വിടില്ല. സയൻസ് ക്ലബ്ബിന്റെ പ്രവർത്തനം നല്ല രീതിയിൽ നടക്കുന്നത് ടിച്ചറിന്റെ മിടുക്ക് കൊണ്ടാണ്. മാത്രമല്ല കഴിഞ്ഞ വർഷം പ്രദർശനം നടന്നതും എടുത്തുപറയേണ്ടതാണ്. സ്കൂൾ മാഗസിന്റെ പ്രവർത്തനത്തിൽ മുന്നിൽ നിൽക്കുന്നതും ടീച്ചറാണ്. എന്നാലും എനിക്കിഷ്ടം കൂടുതൽ തോന്നുന്നത് ലതിക ടീച്ചറോടാണ്. അവൻ ചിരിച്ചുകൊണ്ട് പെൺകുട്ടികളെ സപ്പോർട്ട് ചെയ്തു.

അടുത്തത് ദേവാനന്ദിന്റെ ഊഴമായിരുന്നു. അവൻ ഒരു പ്രാസംഗികനെപോലെ മുരടനക്കി പറയാൻ തുടങ്ങി. സുഹൃത്തുക്കളെ കാര്യം എന്തായാലും നിങ്ങൾക്കൊന്നും ഇഷ്ടമല്ലെങ്കിലും എനിക്ക് കണക്ക്

മാഷെയാണ് കൂടുതൽ ഇഷ്ടം. ബാക്കിയുള്ളവർ അതുമിതും ചെയ്യുന്ന് പറഞ്ഞിട്ട് കാര്യമില്ല. കണക്കിലല്ലേ കാര്യം. കണക്കിൽ എന്നും കൂടുതൽ മാർക്ക് ദേവാനന്ദിനാണ്. മറ്റ് വിഷയങ്ങളിൽ തോറ്റാലും കണക്കിന് ഫുൾമാർക്കാണവന്. അതുകൊണ്ട് രാഘവൻ മാഷ്ക്ക് ദേവൂട്ടനോട് ഒരു പ്രത്യേക ഇഷ്ടമാണ്. കണക്ക് മാഷ് ഒരു നല്ല മാഷാണെന്ന് തന്നെയാണ് രക്ഷിതാക്കളുടെയും അഭിപ്രായം. സ്കൂളിൽ കണക്ക് പരീക്ഷക്ക് എല്ലാവർക്കും നല്ല മാർക്ക് കിട്ടുന്നു എന്ന് മാത്രമല്ല സ്കൂളിന് പുറത്തും അകത്തും നടക്കുന്ന മറ്റ് ജനറൽനോളജ് പരീക്ഷകളിലും നമ്മുടെ സ്കൂളുകളിലേക്കാണ് സമ്മാനങ്ങളും ട്രോഫികളും വരുന്നത്. ഇന്റർനെറ്റ് പരിശീലനങ്ങളിലും, സെമിനാറുകളിലുമെല്ലാം പേര് കൊടുക്കുന്നതും അത് നടപ്പാക്കുന്നതും കണക്ക് മാഷാണ്. മാഷ് നന്നായി പഠിപ്പിക്കും പിന്നെ തല്ലുകൊടുക്കും. അത് രക്ഷിതാക്കൾ പറയുന്നത് പോലെ എന്തിനാ തല്ല് മേടിക്കുന്നത്. കൃത്യമായി കാര്യങ്ങൾ കൊടുത്താൽ ഹോംവർക്ക് അത് ചെയ്യണം. അതില്ലാതെ ക്ലാസ്സിലേക്ക് കയറിവന്നാൽ തല്ല് . അത് നല്ലതല്ലേ. അക്കാര്യത്തിൽ എല്ലാ രക്ഷിതാക്കളും ഒറ്റകെട്ടാണ്. ഇവിടെ അതല്ല പ്രശ്നം സകൂളിലെ ഏറ്റവും നല്ല മാഷാണ്. ആരാണത് ?

ഭഗത്തിന് അതാണിഷ്ടമെന്നാൽ തർക്കിക്കണ്ട. മറ്റുള്ളവർ പറയട്ടെ അധ്യക്ഷൻ ഇടപെട്ടു. ഇനി നൗഫൽ പറയട്ടെ. എല്ലാവരുടെയും അഭിപ്രായം നോക്കി നമ്മൾ തീരുമാനിക്കും. എന്തേ? അതേ അത് മതി എല്ലാവരും പറഞ്ഞു. എന്നാ ഇതുവരെ അഭിപ്രായം പറയാത്ത എബിൻ പറയട്ടെ.

എബിൻ എഴുന്നേറ്റു ചിട്ടയായ ഒരു യോഗം. അവനിത് വരെ കണ്ടില്ല. മാത്രവുമല്ല ആരോടും ഒന്നും പറയാത്ത സ്വഭാവവുമാണ്. എന്തെങ്കിലും അവർ മലയാളം പഠിപ്പിക്കുന്ന വിജയൻ മാഷോട് മാത്രമെ പറയാറുള്ളൂ. അദ്ദേഹം എല്ലാം മൂളി മൂളികേട്ട് അവസാനം പറയും മോൻ പോയ്ക്കോ ഞാൻ വേണ്ടത് ചെയ്യാം.

അവന്റെ കണ്ണിൽ വിജയൻ മാഷ് ഒരു വലിയ മനുഷ്യനാണ്. എല്ലാമറിയുന്ന ഒരു വലിയ മനുഷ്യൻ. നല്ല വെള്ളമുണ്ടും, വെള്ളകുപ്പായവും. മാഷിന് കുറെ വെള്ളകുപ്പായങ്ങളുണ്ട്. അല്ലാതെ എല്ലാദിവസവും വെള്ളയിടാൻ പറ്റുമോ. ഇതൊക്കെ എബിൻ ചിന്തിക്കുന്നു.

ഭഗത്തിന്റെ വീട്ടുമുറ്റത്ത് ചെമ്പരത്തിയിൽ നിന്ന് ഒരു പൂവ് ഉണങ്ങിയത് കൊഴിഞ്ഞ് വീണു. കുറെ ദിവസമായി അത് വീഴാൻ തുടങ്ങിയതായിരുന്നു. ഒരായുസ് തീർന്നു അത് വീണു. ഇത് മനുഷ്യ

ന്റെയും കാര്യമാണേ..ഒരാൾ കുറെ കാലം ജീവിച്ചു. പിന്നെ കുറെ കാലം അതൊക്കെയൊർത്ത് ജിവിച്ചു. പിന്നെ...പിന്നെ.. ആരോടും ഒന്നും പറയാതെ ഒരുപാട് ആഗ്രഹങ്ങൾ ബാക്കിവെച്ച് കൊഴിയും അതല്ലേ സംഭവിക്കുന്നത്.

എബിന്റെ ചിന്ത ഒരുപാടങ്ങ് കുന്നുകയറുമ്പോൾ നിതിൻ ഇടപെട്ടു. 'ഹലോ, ഇവിടെ, ഇവിടെ..പറ. കാര്യം പറ'.

എബിൻ പറഞ്ഞു. ഞാൻ ആലോചിക്കുകയായിരുന്നു. അത് കേട്ടതും എല്ലാവരും ചിരിച്ചു.

'ആലോചന..?'

ഭഗത്താണ് ചോദിച്ചത്.'ആലോചനയോ, എന്താ നിനക്കിത്ര ആലോചിക്കാൻ. അല്ലാ നിനക്കതിനൊക്കെ പറ്റുമോ..?'

'എന്തടാ എനക്ക് ആലോചിച്ചൂടെ....?'

ഓ അതിനെന്താ, പക്ഷേ നിനക്കത് പറ്റുമോ.. എന്നാണ് എനക്ക് മനസ്സിലാകാത്തത്.

എന്നാ വേണ്ട. വിജയൻമാഷ്, നമ്മുടെ മലയാളം മാഷ്. എന്തേ ?. സമ്മാനം കൊടുക്കുന്നെങ്കിൽ അദ്ദേഹത്തിന് കൊടുക്കണം. അദ്ദേഹം ഒരു മാഷ് മാത്രമല്ല. ഒരു സ്കൂളിന്റെ നാഥൻ കൂടിയാണ്. പിന്നെയുമുണ്ട്, അദ്ദേഹം ഒരു നാടിന്റെ രക്ഷകനാണ്. നമ്മൾ ഒരു അവാർഡ് കൊടുക്കുന്നുണ്ടെങ്കിൻ അത്, വിജയൻ മാഷ്ക്ക് ആയിരിക്കണമെന്നാണ് എന്റെ ആഗ്രഹം. എബിൻ പറഞ്ഞു നിർത്തി. സെക്രട്ടറിയും, പ്രസിഡണ്ടും, മറ്റ് കൂടിയിരുന്നവരും എബിന്റെ വാക്കുകൾ കേട്ട് അന്തം വിട്ടു. ഇവനൊക്കെ ഇത്രയും പറയാൻ പറ്റും അല്ലേയെന്നവർ പരസ്പരം ചോദിച്ചു.

അപ്പോ എബിന്റെ അഭിപ്രായം അതാണ്, മലയാളം മാഷ് - പ്രസിഡണ്ട് പറഞ്ഞു. ശരി അടുത്തയാൾ പറയട്ടെ.

'ഇനി ആരും പറയാനില്ല. പ്രസിഡണ്ടാണ് നയം വ്യക്തമാക്കേണ്ടത്.' ഭഗത്ത് പറഞ്ഞു.

'ഓ ഞാൻ പറഞ്ഞില്ല അല്ലേ...'

നിതിൻ ഒന്ന് ചമ്മി എണീറ്റു. പറയാൻ തുടങ്ങി. എനിക്ക് നിങ്ങളോരോരുത്തരും പറയുന്നത് കേട്ട് കൊതിയായി. ആർക്ക് കൊടുക്കണം എന്ന ഒരു വലിയ കൺഫ്യൂഷൻ ഇപ്പോ ഭൂരിപക്ഷം നോക്കിയാൽ.. അത് ശരിയാവ്വോ എന്ന് അറിയില്ല. ഞാൻ എന്റ അഭിപ്രായം പറയാം. അതുംകൂടി കേട്ടശേഷം നമുക്ക് തീരുമാനത്തിൽ എത്താം. എന്താ? അതെ, അതാണ് വേണ്ടത്, പെൺപടയും, ആൺപടയും ഒന്നിച്ച് പറ

ഞ്ഞു.

നിതിൻ പറഞ്ഞു എനിക്ക് എല്ലാ അധ്യാപകരേയും ഇഷ്ടമാണ്. പക്ഷേ, അതല്ലല്ലോ കാര്യം. കൂടുതൽ ഇഷ്ടം, നിങ്ങൾക്കറിയാവുന്നത്പോലെ , ഇതൊരു വിഷമം പിടിച്ച സംഗതിയാണ്.  എന്നാലും ഒരു പൊടിക്ക് ഇഷ്ടക്കൂടുതലുള്ള അധ്യാപകന്റെ പേര് പറയുകയാണ്.

'നീ പറടോ, വല്ല്യ, ഒലക്ക വർത്താനം പറയാണ്ട്,'

ഏയ്, അങ്ങനെയൊന്നും പാടില്ല. അല്ല അത് പറ്റില്ല. എനിക്ക്, ഞാൻ വീണ്ടും പറയട്ടേ..'

'എടാ നിന്റെ സാഹിത്യം വിട്, കാര്യം പറ'

'സോഷ്യൽ ടീച്ചർ'

ജിതിൻ കണ്ണടച്ച് ഒരു കാച്ച് കാച്ചി. സ്ത്രീ വിഭാഗത്തിലെ എല്ലാവരും കൂടെ പ്രസിഡണ്ടായ നിധിനും പറഞ്ഞത് സോഷ്യൽ സയൻസ് പഠിപ്പിക്കുന്ന ലതിക ടീച്ചറുടെ പേരാണ്. ബാക്കിയുള്ളവരിൽ മൂന്ന് പേർക്ക് അതിനോട് യോജിപ്പാണ്. പക്ഷേ, അവർക്ക് ഒരു ആഗ്രഹം. മറ്റ് അധ്യാപകർക്ക് എന്തെങ്കിലും കൊടുക്കേണ്ടേ എന്നാണ്.  അത് സ്വാഭാവികമാണ് താനും. ഒരു സ്കൂൾ ജീവിത കാലത്ത് എല്ലാ അധ്യാപകരും പല രീതിയിൽ സഹായിക്കുന്നുണ്ട്. അതിന് പല മുഖങ്ങളാണ്. ഒരോ അധ്യാപകർക്കും അവരുടെ പഠിതാക്കൾ നല്ല മാർക്ക് വാങ്ങി നല്ല വ്യക്തികളായി വളരണം എന്ന് തന്നെയാണ് ആഗ്രഹം

പക്ഷേ,

എല്ലാം തികഞ്ഞ ഒരു കാലമില്ലല്ലോ... എന്തെങ്കിലും കുറവുകൾ എല്ലാവരിലുമുണ്ടാകും. ചില കാര്യങ്ങൾ ചിലർക്ക് മാത്രമേ ചെയ്യാൻ പറ്റൂ. പാട്ടുപാടുന്നവന് ചിത്രം വരക്കാനോ, കബഡി കളിക്കാനോ അറിയണമെന്നില്ല. അതുപേലെ ലതിക ടിച്ചർ എല്ലാം വേണ്ട രീതിയിൽ ചെയ്യുന്നുണ്ടെങ്കിലും, സ്പോർട്സിൽ  അവർക്ക് എന്ത് ചെയ്യാൻ പറ്റും? അവർക്ക് സ്പോർട്സിലും ചെയ്യാൻ പറ്റും. അന്ന്  കമന്ററി പറയുന്നത്.. സർട്ടിഫിക്കറ്റ് എഴുതി തയ്യാറാക്കുന്നത്.. ആങ്കറിംഗ് .. ഇതെല്ലാം ഒരു കഴിവല്ലേ. എത്ര ആളുകളുണ്ടെങ്കിലും ചിലത് ചിലർക്ക് മാത്രമേ പറ്റൂ.

നിതിൻ എന്ന പ്രസിഡണ്ടിന്  വേറിട്ടൊന്നും പറയാനില്ല. അവൻ പറഞ്ഞു.

'എന്റെ അഭിപ്രായം, ലതിക ടീച്ചർ എന്ന് തന്നെ. കാരണം പലതാണ്. മറ്റുള്ളവരെ ഒട്ടും കുറച്ചുകാണുന്നില്ല. എന്നാലും എന്റെ വോട്ട് ലതിക ടീച്ചർക്ക്. വലിയ അഭിപ്രായം ഒറ്റ ഭാഷയിൽ പറഞ്ഞ് അവനി

രുന്നു. സദസ്സ് നിശബ്ദമാണ്.

തോട്ടത്തിലെ ചെമ്പരത്തിക്ക് പിറകിലെ ചെണ്ടുമല്ലിക ചെടികളിൽ മഞ്ഞകലർന്ന ചുവപ്പ് ചെണ്ടുമല്ലിക പൂക്കൽ പറിച്ചെടുക്കാൻ പാകത്തിന് നിൽക്കുകയാണ്. ഒന്നെന്നെ തലോടൂ എന്ന് പറയുന്നത് പോലെ പൂക്കൾ നിതിന്റെ നേരെ തിരിഞ്ഞു. പറമ്പിൽ കാടുപിടിച്ചുകിടന്ന അക്കേഷ്യാ മരങ്ങൾ, വൈദ്യുത ഉപകരണംകൊണ്ട്  നേർപ്പിച്ച് മുറിച്ച്, വീട്ടുപറമ്പിൽ സ്ഥലം ഇല്ലാത്തത് കൊണ്ട് റോഡരികിൽ ഉണക്കാനിട്ടിട്ടുണ്ടായിരുന്നു. അതിനിടയിലൂടെ മെല്ലെയിഴഞ്ഞ് ഒരു പാമ്പ് എബിന്റെ വീട്ടു വരാന്തയോളം എത്തിയപ്പോഴാണ് എബിന്റെ അച്ഛൻ ഉച്ച മയക്കത്തിൻ നിന്ന് എണീറ്റത്, പാമ്പിനെ, അതിന്റെ വഴിക്ക് പോകാൻ വിട്ട് അയാൾ ഭാര്യയെ വിളിച്ചു.

'എടീ, ചെക്കൻ വന്നിറ്റ്ലെ..?'

'ഇല്ല, അവര് കൊറെ ആള്കള് മീറ്റിങ്ങിന് പോയതല്ലേ..'

'അതെ, അത് കഴിയണ്ട സമയായില്ലേ, ആട ഉച്ചക്കഞ്ഞിയുണ്ടോ?'

'ആട കഞ്ഞിയൊന്നുവല്ല, ചോറന്നെയുണ്ട്, ഓനിന്നലേ പറയ്ന്ന്ണ്ടായിനി'

എബിന്റെ അച്ഛൻ ഇങ്ങനെ ചിന്തിക്കുകയും പറയുകയും ചെയ്യുന്ന നേരത്താണ് ഭഗത്തിന്റെ വീട്ടിൽ ഭഗത്തിന്റെ അച്ഛൻ യോഗസ്ഥലത്തേക്ക്  എത്തി നോക്കി ചോദിച്ചത്.

'ടോ കഴിഞ്ഞിട്ടില്ലേ, നമുക്ക് ലേശം ഭക്ഷണം കഴിച്ചൂടെ..,' പ്രസിഡണ്ട് അന്നേരം സംസാരിച്ച് തീർത്തതേയുള്ളൂ. അയാൾ പറഞ്ഞു

'ശരിയങ്കിൾ.'

അങ്കിൾ പോയപ്പോൾ പ്രസിഡണ്ട് മറ്റുള്ളവരോട് പറഞ്ഞു. 'എനിക്ക് തോന്നുന്നു. ഇക്കൂട്ടത്തിലുള്ളവരെല്ലാം ഒരേ ചിന്തക്കാരാണെന്ന്. എതിരഭിപ്രായമുള്ളവരും അതിലേക്ക് സപ്പോർട്ട് ചെയ്യുന്നുണ്ട് . അതുകൊണ്ട്, ഈ മീറ്റിങ്ങ് ഒരു തീരുമാനത്തിലെത്തിപ്പിരിഞ്ഞാലോ.. എന്തേ...?'

'പ്രസിഡണ്ട് തീരുമാനം പറ', ഭഗത്ത് പറഞ്ഞു.

'അതെ', ബാക്കിയുള്ളവരും സപ്പോർട്ട് ചെയ്തു.

'എന്നാ ശരി', യോഗ തീരുമാനം അറിയിക്കുന്നു. നിതിൻ വീണ്ടും എഴുന്നേറ്റ് എല്ലാവരെയും നോക്കി, സംസാരിച്ചു.

പറമ്പിൽ ഒരു തേങ്ങവീണത് ഒരു ചെറിയ ഒച്ചയുണ്ടാക്കിയ നേരമായിരുന്നു അത്.  ശ്രദ്ധിക്കൂ

'ഓ, ശരി', പെൺപട വെറുതെ ഒരു ഒച്ചയാക്കി.

ഇന്ന് ഇവിടെ നടന്ന ഈ യോഗത്തിൽ നമ്മൾ ഏഴ് ബിയിലെ പത്ത്

പേർ വളരെ കാര്യമായിതന്നെ ഒരു വിഷയത്തെ ആസ്പദമാക്കി ചർച്ച ചെയ്തു. അതിൽനിന്ന് വന്ന ഉത്തരം എന്താണെന്ന് ഞാൻ പറയാതെ തന്നെ നിങ്ങൾക്ക് മനസ്സിലായി കാണും. എന്നാലും ഞാൻ പറയാൻ നിർബന്ധിതനാണ്. യോഗതീരുമാനം അറിയിക്കുന്നു.

ഒൻപതംഗസംഘം നിശബ്ദമായി കേട്ടുനിൽക്കുകയാണ്. തൊട്ടപ്പുറത്ത്, വാതിലിനപ്പുറത്ത് ഭഗത്തിന്റെ അച്ഛനും അമ്മയും തീരുമാനത്തിന് കാതോർത്തിരിക്കുകയാണ്. ഊണിന് സമയമായി എന്ന് പറഞ്ഞിട്ട് സമയം ഏറെയായി.

'വേഗം തീരുമാനിച്ച് വാ, ശാപ്പാട് റെഡിയാണ്.' ഭഗത്തിന്റെ അച്ഛൻ പറഞ്ഞു.

അതിന് ആരും ഉത്തരം കൊടുത്തില്ല. അതിനേക്കാൾ ഗൗരവമുള്ള ചർച്ച ഒടുങ്ങിയതിന്റെ മൗനത്തിലായിരുന്നു സമ്മാനസംഘം. പ്രസിഡണ്ട് പറഞ്ഞു,

'ഇത്രയും ആയ സ്ഥിതിക്ക് നമ്മൾ ഒരു ടീച്ചറേ ഏകകണ്ഠമായി തെരഞ്ഞെടുക്കുന്നു.. എന്തെ..?'

'അതെ'

'അത്, നമ്മുടെ ലതിക ടീച്ചർ. സാമൂഹ്യപാഠം പഠിപ്പിക്കുന്നതോടൊപ്പം സമൂഹത്തിന്റെ നാനാമുഖമായ വികസനത്തിൽ പങ്കാളിയാവുകയും നമ്മളെ അതിലേക്ക് നയിക്കുകയും ചെയ്ത ലതിക ടീച്ചർ..'

മറ്റുള്ളവർ കയ്യടിച്ച് ആ തീരുമാനത്തെ എതിരേറ്റു. ഒരു കൂട്ടക്കൈയടിക്ക് ശേഷം ഭഗത് ഇടപെട്ടു പറഞ്ഞു.

'ഒരു നന്ദി പറയണം.'

ഒട്ടും മടിക്കാതെ നിവേദ്യയാണ് മുന്നോട്ട് വന്നത്. നിവേദ്യ പറഞ്ഞു.

'ഇത് സന്തോഷത്തിന്റെ സമയം. എനിക്ക് ഏറെ ഇഷ്ടമുള്ള ടീച്ചറെ തന്നെ എല്ലാവരും തിരഞ്ഞെടുത്തത് ഒരു സന്തോഷം. മറ്റൊന്ന്, ഇത്ര ഭംഗിയായി ഒരു യോഗം സംഘടിപ്പിച്ചതിന്. എല്ലാവരേയും ഒറ്റവാക്കിൽ നന്ദി അറിയിച്ചുകൊണ്ട് നിർത്തുന്നു.'

നിവേദ്യയിൽ നിന്ന് കുറച്ചേറെ വാക്കുകളും, ഒരു കവിതയുമൊക്കെ പ്രതീക്ഷിച്ച കൂട്ടർ, അവൾ പെട്ടെന്ന് നിർത്തിയതിൽ ലേശം നിരാശപ്പെട്ടുവെങ്കിലും, വിശപ്പ് രൂക്ഷതയിലെത്തി നിൽക്കുമ്പോൾ കൂടുതൽ ദീർഘിപ്പിക്കാതിരുന്നതിൽ സന്തോഷിച്ചു.

യോഗം അവസാനിച്ചതായി പ്രസിഡണ്ട് അറിയിച്ചതിന് പിന്നാലെ ഓരോരുത്തരായി ബാത്ത് റൂമിലേക്ക് നടന്നു. ആൺകുട്ടികൾ ആലക്ക്

പിന്നിൽ പുൽക്കൂനയ്ക്ക് അരികിലായി വർത്തമാനം പറഞ്ഞ് മൂത്ര മൊഴിച്ചു.

ഭഗത്ത് നിതിനെയുംകൊണ്ട് വല്ല്യച്ഛന്റെ പറമ്പിലെ ഗോമാവിൻ ചുവട്ടിലേക്ക് പോയി.

പെൺകുട്ടികൾ നാലുപേരും രണ്ട് മുറികളിലെ ബാത്ത്റൂമിനെ ആശ്രയിച്ച് ഒതുങ്ങി നിന്നു.

അച്ഛൻ വിളിച്ചപ്പോൾ എല്ലാവരും ഓടി വന്ന് ഭക്ഷണത്തിന് മുന്നിൽ ഇരുന്നു. നന്നേ വിശപ്പുണ്ടായിരുന്നു. അതുകൊണ്ട് ഭക്ഷണത്തിന് നല്ല രുചി. ഭഗത്തിന്റെ അച്ഛൻ ഒരു നല്ല കുക്കാണെന്ന് തെളിയിക്കുന്നതായിരുന്നു അന്നത്തെ ഉച്ചഭക്ഷണം.

എല്ലാവർക്കും സന്തോഷം മാത്രം.. മീറ്റിങ്ങിന്റെ ആദ്യദിനം ശുഭമായി.

# സമ്മാനപ്പൊതി

സമ്മാനപ്പൊതിയുടെ ആദ്യവട്ടചർച്ച വളരെ നല്ല രീതിയിൽ സമാപിച്ചതിൽ പത്തംഗസംഘത്തിന് ഏറെ അഭിമാനമുണ്ട്. പ്രതീക്ഷിക്കാത്ത രീതിയിൽ എല്ലാവരും വളർന്നത് പോലെ ഒരു തോന്നൽ. ചർച്ച കഴിഞ്ഞ് ഭക്ഷണം കഴിച്ച് ഇറങ്ങാൻ നേരത്ത് ഭഗത്തിന്റെ അച്ഛൻ പറഞ്ഞത് ഒരു വേദവാക്യമായി അവർക്ക് തോന്നി.

നിങ്ങൾ എന്ത് ചെയ്താലും അത് മറ്റുള്ളവർക്ക് ഇഷ്ടപ്പെടും, സന്തോഷത്തോടെ ചെയ്യണം എന്ന് മാത്രം. അതേ, അവർ സന്തോഷത്തോടുകൂടിയാണ് ലതിക ടീച്ചറെ തിരഞ്ഞെടുത്തത്. സ്കൂളിലെ ഏറ്റവും നല്ല അധ്യാപികയ്ക്കുള്ള സമ്മാനം തീർച്ചയായും അർഹിക്കുന്നത് അവർ തന്നെയാണ്.

കളത്തിനപ്പുറത്ത് തുമ്പിനോട് ചേർന്ന് വിടർന്നു നിൽക്കുന്ന ചെണ്ടുമല്ലികയും, വാടാർ മല്ലികയും അതുകേട്ട് പുഞ്ചിരിച്ചു. ഇളംകാറ്റിൽ അവയെല്ലാം നൃത്തം വച്ചു. ചെമ്പരത്തിയുടെ മുകളിലെ കൊമ്പിൽ നിന്ന് ഒരു വാടിയ പൂ താഴേക്ക് വീണതും അതേ സമയത്തായിരുന്നു. ഭഗത്തിന്റെ അച്ഛന് ഇതിനെല്ലാം നേരമുണ്ടോ: അവർ ചോദിച്ചില്ല.

കുറെ പൂച്ചെടികളും, പച്ചക്കറികളും കൃഷി ചെയ്തുണ്ടാക്കിയിട്ടുണ്ട്. എല്ലാത്തിലും കായ്കളും പൂക്കളും നിറഞ്ഞ് നിൽക്കുന്നു.

അതിനപ്പുറത്തെ കൊച്ചുപന്തലിൽ നരമ്പനും, പടവലങ്ങയും തൂങ്ങിയാടുന്നു. കുറച്ചുകൂടി മുന്നോട്ടുനടന്നാൽ റോഡരികിൽ വെണ്ടയും, വെള്ളരിയും, കുമ്പളവും വിളഞ്ഞുകിടക്കുന്നു.

ഒരു ജൈവ വീട് നിവേദ്യയുടെ കമന്റിൽ. അതെ മറ്റുള്ളവർ അതിൽ പങ്കുചേർന്നു.

പിന്നെ എല്ലാവരും അവരവരുടെ വീടുകളിലേക്ക് മുൻകൂട്ടി പറഞ്ഞതനുസരിച്ച് നീങ്ങിയെത്തി.

ഞായറും കഴിഞ്ഞ് തിങ്കളാഴ്ച വീണ്ടും അവർ വിദ്യാർത്ഥികളായി. രണ്ടാമത്തെ പിരീഡ് കഴിയാൻ നിമിഷങ്ങൾ ബാക്കിയുള്ളപ്പോഴാണ് പ്യൂൺ ഒരു നോട്ടീസുമായി വന്നത്. ഓണാഘോഷ കമ്മിറ്റി രൂപീകരിക്കുന്നതിന്റെ ഭാഗമായി അഞ്ചു മുതൽ ഏഴ് വരെയുള്ള ക്ലാസ്സു

കളിലെ കുട്ടികളുടെ ഒരു യോഗം ഉച്ചഭക്ഷണത്തിന് ശേഷം ലൈബ്ര റിയിൽ ചേരുന്നു എന്നതായിരുന്നു അറിയിപ്പ്.

ബെല്ലടിക്കാൻ പത്ത്മിനുട്ട് ബാക്കിയുള്ളപ്പോൾ മൂന്ന് ക്ലാസ്സിലേയും കുട്ടികൾ ലൈബ്രറിയിൽ സന്നിഹിതരായി. മലയാളം മാഷും ലതിക ടിച്ചറുമായിരുന്നു യോഗം നിയന്ത്രിച്ചത്.

വിജയൻമാഷ് പറഞ്ഞു. ഇത്തവണത്തെ ഓണാഘോഷം നമ്മൾക്ക് ബഹുകേമമാക്കണം. അതിന് നിങ്ങളുടെതായ ഒരു കമ്മിറ്റി വേണം. ഒരു പത്തിരുപത് പേർക്ക് ചാൻസുണ്ട്. താൽപ്പര്യമുള്ളവർ കൈ പൊന്തിക്ക്... ഒന്ന് രണ്ട് പേരൊഴികെ ആരും കൈ പൊന്തിച്ചില്ല. വിജ യൻ മാഷ് അത് പ്രതീക്ഷിച്ചതാണ്. കുട്ടികൾ അങ്ങനെ താൽപ്പര്യ ത്തോടെ മുന്നോട്ട് വരില്ല. അവർക്ക് എന്താണ് ചെയ്യേണ്ടത് എന്നറി യാത്തത്കൊണ്ടാണത്. തിരഞ്ഞെടുത്ത് വേണ്ട രീതിയുള്ള നിർദ്ദേശ ങ്ങൽ കൊടുത്താൽ അവർ അധ്യാപകർ പ്രതീക്ഷിച്ചതിലും ഭംഗിയായി കാര്യങ്ങൾ ചെയ്യും

ആരും സ്വേമേധയാ വരാത്ത സ്ഥിതിക്ക് ഞാൻ ഒരു പാനൽ വെയ്ക്കാം. അത് എല്ലാവരും അംഗീകരിക്കണം ട്ടോ... ഒരു ചെറിയ ബഹളം കുട്ടികളുടെ കൂട്ടത്തിൽനിന്നുണ്ടായെങ്കിലും അത് വേഗം തീർന്നു. ലതിക ടീച്ചർ എഴുന്നേറ്റു നിന്ന് ഒന്നു രണ്ടു കാര്യങ്ങൾ പറ ഞ്ഞു. പിന്നെയാരും ഒച്ചയുണ്ടാക്കിയില്ല.

ചിലർക്ക് അമാനുഷികമായ കഴിവുകളുണ്ട്. ചിലർക്കത് പ്രകടിപ്പി ക്കാൻ പറ്റും. മറ്റുചിലർക്ക് പറയാനേ പറ്റു. എന്നാൽ മൂന്നാമതൊരു കൂട്ടർക്ക് ആശയ രൂപീകരണവും, അതിന്റെ പ്രവർത്തനവും പിന്നീട തിന്റെ വിശദീകരണവും നടക്കും. എല്ലാവർക്കും എല്ലാം ആവണമെ ന്നില്ല.

സൂര്യനും ചന്ദ്രനും തിളങ്ങുന്നു. രണ്ട് രീതിയിലല്ലേ. ഏതിനാണ് മഹത്വം കൂടുതലും കുറവും എന്ന് നമുക്ക് പറയാൻ പറ്റില്ല. രണ്ടും രണ്ട് രീതിയിലാണ്.

വിജയൻമാഷ് അവതരിപ്പിച്ച പാനലിൽ സമ്മാന പരിപാടിയിലെ പത്തംഗങ്ങളും ഉൾപ്പെട്ടിരുന്നു. പിന്നെ ഏഴാം ക്ലാസ്സ് എയിലെ മൂന്ന് പേര്, ആറാം ക്ലാസ്സിൽ നിന്ന് ആറുപേർ ഇടം കണ്ടെത്തി. രണ്ടുപേർ അഞ്ചിൽ നിന്നായിരുന്നു. മാഷ് പാനൽ വായിച്ചു. ആർക്കെങ്കിലും എതിർപ്പുണ്ടെങ്കിൽ പറയണം. ഇല്ലെങ്കിൽ കയ്യടിച്ച് അംഗീകരിക്കണം. എല്ലാവരും പാനൽ അംഗീകരിച്ചു. അതോടെ ഓണാഘോഷപരി പാടിയുടെ കമ്മിറ്റിയായി.

ലതിക ടീച്ചർ എഴുന്നേറ്റു നിന്നു പറഞ്ഞു. ഇനി കമ്മിറ്റി അംഗങ്ങൾ ഒഴികെയുള്ളവർക്ക് ക്ലാസ്സിലേക്ക് പോകാം. എല്ലാവരും പോയപ്പോൾ ഒരു കമ്മിറ്റിയുടെ തുടക്കമായി. വിജയൻ മാഷ് വീണ്ടും പറഞ്ഞു. ഓണാഘോഷത്തിന് എന്തൊക്കെ വേണം, ഇനി നമ്മളാണ് തീരുമാനിക്കേണ്ടത്. ഒരോരുത്തരും അവരുടെ അഭിപ്രായങ്ങൾ പറഞ്ഞു. അതെല്ലാം എഴുതി എടുത്തു. വളരെ വേഗം തന്നെ ഒരു രൂപരേഖയായി അവർ പിരിഞ്ഞു.

ഓണാഘോഷം തകർത്ത് ചെയ്തു. ടിവിക്കാരും പത്രക്കാരുമൊക്കെ ഉണ്ടായിരുന്ന ബഹുകേമമായ ഓണാഘോഷം. ലളിതഗാനങ്ങളും സിനിമാഗാനങ്ങളും നിരവധി ഉണ്ടായിരുന്നു. മൈമും, സ്കിറ്റും തുടങ്ങി ഗംഭീരപരിപാടി. ഓണപതിപ്പിന്റെ ചുമതല നിവേദ്യക്കായിരുന്നു. എല്ലാ ക്ലാസ്സിലും ഓടിനടന്ന് സൃഷ്ടികൾ കൈപ്പറ്റുകയും അവയെ വേർതിരിച്ച് വായിച്ചു നോക്കലുമെല്ലാം മലയാളം മാഷും നിവേദ്യയും കൂടി ഭംഗിയാക്കി. ഓണാഘോഷപരിപാടി ഉദ്ഘാടനം ചെയ്തത് സ്കൂളിനടുത്തുള്ള ഒരു വാദ്യകലാകാരനായിരുന്നു. ഈയിടെയായി ഫോക്ക്‌ലോർ അവാർഡ് നേടിയ തമ്പാൻ പണിക്കർ അദ്ദേഹം പുതുമ, ഓണപതിപ്പ് മറ്റുള്ളവർക്കായി പ്രകാശിപ്പിച്ചു. ഇപ്പോൾ പത്തംഗസംഘത്തിന് വല്ലാത്തൊരു ഫീലിംഗാണ്. അവർ അധികം ആരോടും വെറുതെ സംസാരിക്കില്ല. ഒരു പക്വത നിഴലിക്കുന്ന സ്വഭാവ രൂപീകരണം അവരിൽ നടന്നുകഴിഞ്ഞതായി ലതിക ടിച്ചർ കണ്ടെത്തി.

കലപില കൂട്ടിയിരുന്നവർ മിണ്ടാതിരിക്കുന്നത് ഒരു അധ്യാപകനും സഹിക്കില്ല. അവർ എന്തെങ്കിലും കുരുത്തക്കേട് ഒപ്പിച്ചില്ലെങ്കിൽ ആദ്യം ബാധിക്കുന്നത് അധ്യാപകരെയാണ്.

ഒരു ദിവസം ഇന്റർബെൽ സമയത്ത് ലതിക ടീച്ചർ നിഹാരയെയും, നിവേദ്യയെയും വിളിച്ചു. സ്റ്റാഫ് റൂമിലേക്ക് വിളിക്കുന്ന സമയത്ത് അവർക്ക് നേരിയ പേടിയുണ്ടായിരുന്നു. എന്താ ടീച്ചർ എന്ന് മനസ്സിൽ പറഞ്ഞ് അവർ മിണ്ടാതെ ടീച്ചറുടെ മേശയ്ക്ക് മുന്നിൽ നിന്നു.

ടീച്ചർ ചോദിച്ചു. അല്ലടോ, നിങ്ങൾ കുറച്ച് ദിവസങ്ങളായി ഒന്നും പറയുന്നില്ല മിണ്ടുന്നില്ല. വളരെ ഗൗരവത്തിലാണല്ലോ.. എന്താ....? എന്തു പറ്റി, വല്ല വിഷമവുമുണ്ടെങ്കിൽ പറയണം മക്കളേ. അതാ വിളിച്ചത്. നിഹാരയും നിവേദ്യയും കരഞ്ഞുപോയി. ടീച്ചറുടെ വർത്താനം അത്രക്കങ്ങ് ഹൃദയത്തിലേക്ക് കയറിപോയത് പോലെ അവർക്കുതോന്നി.

'ഏയ്, കരയുന്നോ, എന്തായിത്. എന്റെ മക്കളല്ലേ നിങ്ങൾ എന്തു

ണ്ടെങ്കിലും പറയണം. എന്തിനാ വെറുതെ സങ്കടപ്പെടുന്നത്. നിങ്ങൾ സങ്കടപ്പെട്ടാൽ എനിക്ക് സങ്കടം വരില്ലെന്നാണോ കരുതിയത്.. ഏയ് അത് വേണ്ട'. അന്നേരം ലതിക ടീച്ചർ കണ്ണു തുടച്ചു.

"എന്താ മക്കളേ. പറയാൻ പാടില്ലാത്തതാണെങ്കിൽ പറയെണ്ട. പക്ഷെ, അത് എന്റെ കുട്ടികളുടെ ഭാവിക്ക് മോശമാകുന്നതാണെങ്കിൽ ഞാൻ ഇടപെടും. പോയ്ക്കോ.."

കണ്ണീർ തുടച്ച് ഇരുവരും പുറത്തേക്ക് നടക്കുന്ന സമയത്ത് നദയും എബിനും എന്തോ സ്വാകാര്യം പറഞ്ഞ് ചിരിച്ചുകൊണ്ട് അതുവഴി വന്നു. രണ്ടാമത്തെ നിലയിലെ വരാന്തയിൽ ആ സമയത്ത് മറ്റ് കുറെ കുട്ടികളുണ്ടായിരുന്നു. കണക്ക് മാഷ് ലൈബ്രറിയിൽ നിന്ന് ഇറങ്ങി വരുന്നത് കണ്ട കുട്ടികൾ അടുത്തുള്ള ക്ലാസ്സ് മുറിയിലേക്ക് ഒതുങ്ങി. മാഷ് പാസ്സ് ചെയ്ത് പോയപ്പോൾ അവരെല്ലാം മാളത്തിൽ നിന്ന് പുറത്ത് ചാടി കലപിലകൂട്ടി. നിവേദ്യയെ കണ്ടതും നദ ചോദിച്ചു.

"എന്താ, എന്തുപറ്റി..?"

നിവേദ്യപറഞ്ഞു 'നീ വാ, ഒന്ന് ലതിക ടീച്ചറെ കാണണം. വാ...' അവൾ പിടിച്ചു വലിച്ച് ലതിക ടീച്ചറുടെ അടുത്തേക്ക് കൊണ്ടുപോകുന്നത് കണ്ട് എബിന് വല്ലാതായി അവനും അവരുടെ കൂടെ കൂടി. കേട്ടറിഞ്ഞ് മുബീനയും നൗഫലും അവിടെയെത്തി. നദ പറഞ്ഞു,

'എന്തേ നിവേദ്യേ..? പറ'

"ടീച്ചർക്ക് നമ്മളെ ഒരു സംശയം.. അത് നീയൊന്ന് മാറ്റ്."

"എന്ത് സംശയം" മൂവർ ടീച്ചറിന്റെ മുന്നിൽ എത്തി... 'ടീച്ചർ', നദ പറഞ്ഞു. 'ഒരു സൂത്രം ഒപ്പിച്ചിട്ടുണ്ട്. സീക്രട്ടാണ്. അത് ഇപ്പോ പറഞ്ഞാൽ ശരിയാകൂല. വേറെന്നുല്ല. '

'സൂത്രംന്ന് പറഞ്ഞാ...' ടീച്ചർ ആകാംക്ഷ പുറത്തെടുത്തു. രഹസ്യം രഹസ്യമാക്കിവെക്കാൻ കുട്ടികൾക്കാവില്ല. ഏത് വിധേനയും അത് പുറത്തുചാടും. അതിനെ ചാടിക്കാൻ അധ്യാപകരും രക്ഷിതാക്കളും പലതും ചെയ്യും. ഒടുവിൽ അവർ കീഴടങ്ങി. ഒരു വലിയ രഹസ്യം ലതിക ടീച്ചറിന്റെ മുന്നിൽ കുമ്പിട്ടു. പക്ഷേ ആരും പറഞ്ഞില്ല ആരാണ് എന്ന്. ഒരു ടീച്ചർക്ക് ഒരു സമ്മാനം കൊടുക്കാൻ ഒരു ഗ്രൂപ്പുണ്ടാക്കി. എന്ന് മാത്രം ടീച്ചർ അറിഞ്ഞു.

ആർക്ക് ....? എന്തു സമ്മാനം...? അത് അവർക്ക് മാത്രം അറിയാവുന്ന രഹസ്യം തന്നെ. നദയിൽ നിന്ന് ആ കാര്യം കേട്ടപ്പോൾ ലതിക ടീച്ചർ ആനന്ദാശ്രു കൊഴിച്ചു.

'ഇതാണോ, അതൊരു വളരെ നല്ല കാര്യല്ലേ.. ഞാൻ എന്റെ മക്കളെ

വേണ്ടാതെ വേദനിപ്പിച്ചു... ഛെ... കരയല്ലേ മക്കളേ, എനിക്ക് ഒരു തെറ്റു പറ്റി. പോട്ട്, പ്ലീസ് നിങ്ങളിങ്ങനെ സങ്കടപ്പെടുന്നത് കാണുമ്പം എനിക്കെന്തോ.. ചില രഹസ്യങ്ങളൊക്കെയുണ്ടാകും. അതിൽ തെറ്റൊന്നുമില്ല. ഞാൻ വെറുതെ.. ഇന്നത്തെ കാലത്ത് ഒരു കുട്ടിയുടെ മുഖം വായിക്കാൻ പോലും പേടിയാ മക്കളെ... അതുകൊണ്ടല്ലേ.. സാരല്ല്യട്ടോ.. ചിരിച്ചുകൊണ്ട് പോ...', ടീച്ചർ കണ്ണു തുടച്ചുകൊണ്ട് അവരെ സ്വാന്ത്വനിപ്പിച്ച് പറഞ്ഞയച്ചു.

അന്ന് വൈകുന്നേരമാണ് സ്കൂളിലെ പൂർവ്വ വിദ്യാർത്ഥിയായിരുന്ന സുനിൽ മാഷ് സ്കൂൾ സന്ദർശിച്ചത്. അദ്ദേഹമിപ്പോൾ ജില്ലാ വിദ്യാഭ്യാസ ഓഫീസറാണ്. നാട്ടുകാരൻ നാട്ടിലേക്ക് വരാറേയില്ല. അന്നേ ദിവസം ഒരു ഒഴിവ് വന്നത് വീട്ടുകാരോടോപ്പം ചിലവഴിക്കാൻ തീരുമാനിച്ചായിരുന്നു വരവ്. കൂട്ടത്തിൽ തന്റെ ആദ്യ വിദ്യാലയം കാണാനും സമയം കണ്ടെത്തി.

മുൻകൂട്ടി അറിയിക്കാതെയുള്ള വരവിൽ ഹെഡ്മാസ്റ്റർ എങ്ങനെ സ്വീകരിക്കണമെന്നവേവലാതിയിൽ കുറച്ചു നേരം നിന്നു. പിന്നെ കാര്യം ലതിക ടീച്ചർ ഏറ്റെടുത്തു. കുശലം പറഞ്ഞ് ചായകുടിച്ച് പിരിയുമ്പോൾ അദ്ദ്ഹം പറഞ്ഞു. ലതിക ടീച്ചർ അന്നും ഇന്നും ഒരേ പോലെ തന്നെ. ഒരു മാറ്റവും ഇല്ല. അത് ശരിയാണ്. മനസ്സിൽ സന്തോഷവും നല്ല ചിന്തകളും ഉള്ളവർക്ക് എന്നും ചെറുപ്പം തന്നെ. വ്ദ്യാർത്ഥികളെ സ്വന്തം കുട്ടികളായും, സഹാധ്യാപകരെ സഹോദരങ്ങളായും കാണുന്നതാണ് ലതിക ടീച്ചറുടെ മിടുക്ക്.

സുനിൽ മാഷ് ലതിക ടീച്ചറുടെ സഹപാഠിയാണ്. ഒന്നിച്ചു പഠിച്ചു. അയാൾ പല രീതിയിൽ മുന്നേറിയപ്പോൾ ലതിക കുട്ടികളുടെ കൂടെ ഒതുങ്ങിയിരുന്നു. എഴുത്തിലും വായനയിലും മുഴുകി, യു. പി. സ്കൂൾ കുട്ടികൾക്ക് വേണ്ടി മാത്രം ജീവിച്ചു. സുനിൽ വളരുന്നതും പന്തലിക്കുന്നതും കാണുന്ന കൂട്ടത്തിൽ രണ്ടുപേരിലും അനുരാഗമുണ്ടായിരുന്നു. വിചാരങ്ങൾ വിവേകം കൊണ്ട് മറി കടക്കാൻ ശീലിച്ച സുനിൽ പുതിയ ഉയരങ്ങളിൽ എത്തി. ഇന്ന് ഇപ്പോൾ പഴയ സതീർത്ഥ്യയെ കാണാൻ എത്തി. കൂട്ടത്തിൽ സ്കൂളിലെ എല്ലാവരെയും ...

വെറുതെ.. ഒരു വെറും സന്ദർശനം. കുട്ടികളും അധ്യാപകരും ഹെഡ്മാഷും ഭയപ്പെട്ടതൊന്നും സംഭവിച്ചില്ല.

ഇത് ഒഫീഷ്യലല്ല. ഞാനെന്റെ പഴയ സ്കൂൾ ഒന്ന് കാണാൻ വന്നതാണ്. എന്ന മുഖവുരയോടെ സുനിൽ സാർ കുറച്ചു കാര്യങ്ങൾ

പറഞ്ഞു. പറഞ്ഞത്. സ്കൂളിന്റെ പുരോഗതിയെ കുറിച്ചാണെങ്കിലും അത് കൊണ്ടത് ലതിക ടീച്ചറിലായിരുന്നു.

ഒരു സ്ഥാപനം നല്ല രീതിയിൽ മുന്നോട്ടുപോകണമെങ്കിൽ അതിന് ഒരു നാഥൻ ശക്തമായി വേണം. തീർച്ച. പക്ഷേ ഒരു നാഥനിൽ നിന്ന് തുടങ്ങുന്നു വെന്ന് മാത്രം. ഒരു നല്ല സെക്രട്ടറി വേണം കാര്യങ്ങൾ നടപ്പിലാക്കാൻ. മറ്റുള്ളവരേയും കൂട്ടി യോജിപ്പിച്ച് ഒരു സംഭവമാക്കി മാറ്റാൻ ഒരു മനസ്സ് വേണം. അത് ഉ ള്ള ഒരു ആളാണ് നമ്മുടെ ലതിക ടീച്ചർ എനിക്ക് നഷ്ടപ്പെട്ട എന്റെ വലംകൈ. സുനിൽ മാഷ് പറയുന്നത് കൂടുതലൊന്നും മറ്റുള്ളവർക്ക് മനസ്സിലായില്ലെങ്കിലും ലതിക ടീച്ചർക്ക് അത് നെഞ്ചിൽ കൊണ്ടു നടക്കുന്ന ആനന്ദത്തിന്റെ പുതിയ കുപ്പായമായിരുന്നു.

സുനിൽ മാഷ് പോയതിന് ശേഷം എല്ലാ അധ്യാപകരും പലതും പറഞ്ഞു. ഹെഡ്മാഷ് അതിൽ നിന്ന് മാറി മുറ്റത്തെ കിണറിനരികിലേക്ക് നടന്നു. ആ കിണറിന് ഒരു കഥ പറയാനുണ്ടായിരുന്നു. നാരായണൻ മാഷ് സ്കൂളുൽ ചേരുന്ന സമയത്ത് അവിടൊന്നുമുണ്ടായിരുന്നില്ല.

സ്കൂളിലെത്തിയ ഉടനെ അദ്ദേഹം കുടിവെള്ളത്തെകുറിച്ചായിരുന്നു ആലോചിച്ചത്. അടുത്തവീടുകളിൽ പോയി മുഖം കഴുകുന്നതും സ്കൂളിലെ ആവശ്യത്തിന് വെള്ളം കൊണ്ടുവരികയും ചെയ്തിരുന്ന ഒരു പഴയകാലം. കിണർകുഴിക്കണമെന്ന ആശയം ആദ്യം കൊണ്ടു വന്നത് ഹെഡ്മാഷ് തന്നെയാണ്. അതിനുവേണ്ട പണം സ്വരൂപീക്കാൻ ഒരുപാട് പേർ സഹായിച്ചു. ഒടുവിൽ സ്വന്തം സ്കൂളിൽ സ്വന്തം കിണർ എന്നത് യാഥാർത്ഥ്യമായി.

മാഷ് കിണറിലേക്ക് എത്തിനോക്കി നിറയെവെള്ളം ശുദ്ധമായ വെള്ളം.

ഇതൊക്കെ ഉണ്ടാക്കിയത് തന്റെ സ്കൂളാണ്. നാട്ടുകാരാണ്. അദ്ദേഹം മനസ്സിൽ പറഞ്ഞു.

കിണറിനപ്പുറത്ത് കഞ്ഞിപ്പുരയ്കും ഏഴാക്ലാസിന്റെ ബ്ലോക്കിനും നടുവിലായി ഔഷധസസ്യങ്ങളുടെ കലവറയാണ്. സ്കൂളിലെ എല്ലാ അധ്യാപകരും, കുട്ടികളും, രക്ഷിതാക്കളും അതിൽ ചെടികൾ നിറച്ചു. എല്ലാത്തരം ഔഷധസസ്യങ്ങളും നിറഞ്ഞ ഒരുദ്യാനം. അതിലൂടെ നടന്നാൽ മതി. ഒരാൾക്കും ഒരു രോഗവും വരില്ല അത് മാഷിന്റെ ഉറപ്പാണ്. ഉദ്യാനത്തിൽ ഇല്ലാത്തതായി ഒന്നുമില്ല. വെളുത്തുള്ളി മുതൽ കാന്താരി വരെ നിറഞ്ഞു വിളയുന്ന ഉദ്യാനമുണ്ടാക്കാൻ കുറെയൊക്കെ നാട്ടുകാരുടെ

സഹായമുണ്ടായിരുന്നു. ഓരോന്നിലും പേരെഴുതിവെച്ച് കുട്ടികൾ അത് അവരുടെ സ്വകാര്യ ഭൂമിയാക്കി പോറ്റി വളർത്തി വരുന്നു.

'മാഷെ, ഇത് ഇറക്കട്ടെ...' ഒച്ച കേട്ടാണ് മാഷ് കിണർക്കരയിലെ വിസ്മയത്തിൽ നിന്ന് പുറത്തു ചാടിയത്. അമ്പാടി മാഷ് കുട്ടികളുടെ സഹായത്തോടെ ചകിരി ഉൽപ്പന്നങ്ങൾ നിർമ്മിക്കുന്നുണ്ടായിരുന്നു. പ്രവർത്തി പരിചയം. ചകിരികൊണ്ട് ചവിട്ടിയും മെത്തയുമൊക്കെ നിർമ്മിക്കാൻ പഠിപ്പിക്കുന്നത് അമ്പാടി മാഷാണ്. അതിന് വേണ്ടുന്ന നിറങ്ങളും കെമിക്കലും കൊണ്ടുവരുന്ന വണ്ടിക്കാരനാണ് മാഷെ ഉണർത്തിയത്. ഇവിടെയല്ല... ലേശം മുന്നോട്ട് വന്ന് ദാ അവിടെ ഇറക്കിവെക്ക്. ഹെഡ്മാഷ് പറഞ്ഞു. സ്കൂൾ വിടുന്നതിന് മുമ്പേ തന്നെ അമ്പാടിമാഷ് പോയിരുന്നു. എന്നാലും ഹെഡ്മാഷക്ക് അതൊരു ബുദ്ധിമുണ്ടായി തോന്നിയിട്ടേയില്ല. വൈകുന്നേരം ക്ലാസ് കഴിഞ്ഞ് നീണ്ട മണി മുഴങ്ങിയപ്പോൾ കുട്ടികൾ തിമർത്ത് ഇറങ്ങി നടന്നു. ഏഴ് ബിയിലെ പത്തംഗത്തിന് അങ്ങനെ ഓടിപോകാൻ തോന്നിയില്ല. അവർ നിറയെ കായ്ക്കാറുള്ള കപ്പമാവിന്റെ ചുവട്ടിൽ ഒത്തുകൂടി. ആരും പറയാതെ ഒന്നിക്കാൻ അവർ ശീലിച്ചിരുന്നു.

കൂടിയിരുന്നവരോട് നിധിൻ പറഞ്ഞു.

'ഇന്നെന്തെ എല്ലാരും. മീറ്റിങ്ങ് വിളിച്ചിട്ടൊന്നുമില്ലല്ലോ..?'

ദേവാനന്ദും മുമ്പീനയും ഒന്നിച്ച് പറഞ്ഞു. ഇനി നമ്മൾ കൂടണം അല്ലെങ്കിൽ നമ്മുടെ പദ്ധതി വിജയിക്കണ്ടെ.

ശരിയാണ്.

എല്ലാവർക്കും സന്തോഷം നിറഞ്ഞ ദിവസമായിരുന്നു അത്. നിതിൻ പറഞ്ഞു. നമുക്ക് ഏതായാലും നല്ല സപ്പോർട്ട് കിട്ടും എന്നത് തീർച്ച. അതിന്റെ പ്രധാന കാരണം നമ്മുടെ ലതിക ടീച്ചർ സംഭവമറിഞ്ഞു. എന്നതാണ്. മാത്രമല്ല. നമ്മുടെ രക്ഷിതാക്കളും കാര്യം പറഞ്ഞു. എല്ലാരും നല്ല പ്രതികരണമാണ്. നൽകിയിരിക്കുന്നത്. നമുക്ക് ഒരു ഗംഭീര പരിപാടിയാക്കി മാറ്റണം. അടുത്തമാസം അധ്യാപക ദിനമുണ്ട്. അന്ന് ചെയ്താലോ..? ഭഗത്ത് പറഞ്ഞു. എയ് അത് വേണ്ട പെട്ടെന്ന് ഒന്നും ചെയ്യാൻ പറ്റില്ല. നമ്മുടെ മുന്നിൽ കുറച്ചധികം നാളുകൾ വേണം. എന്നാൽ വേണ്ടപോലെ ആലോചിച്ച് മറ്റുള്ളവരുടെ അഭിപ്രായം സ്വീകരിച്ച് ഒരു നല്ല സമ്മാനം കൊടുക്കാൻ പറ്റും എന്നാണ് എനിക്ക് തോന്നുന്നത്. ഒന്നും മിണ്ടാതിരിക്കുന്ന നമിഷും നൗഫലും പോലും അതിനെ അനുകൂലിച്ചു.

എന്താ നീ ഉദ്ദേശിക്കുന്നത്. നദയാണ് ചോദിച്ചത്. എന്തായാലും

പറ. ദേവാനന്ദും നിതിനും പറഞ്ഞു. നമ്മൾ സമ്മാനം കൊടുക്കേണ്ട ആളെ തീരുമാനിച്ചു. അതെ. നിന്റെ വീട്ടിൽ വച്ചല്ലെ തീരുമാനിച്ചത്. അതെ. പക്ഷെ എന്ത് സമ്മാനം കൊടുക്കണമെന്ന് തീരുമാനിച്ചില്ല. അത് തീരുമാനിക്കണം. പെട്ടെന്ന് ഒരു വലിയ സമ്മാനം ബുദ്ധിമുട്ടാണ്.

ആ സമയത്താണ് മറ്റുള്ളവർ അതിന്റെ ഗൗരവം ഉൾകൊണ്ടത്. സ്വന്തമായി ഒരു സമ്മാനം. അത് അത്ര പെട്ടെന്ന് എങ്ങനെ നടക്കും... ചിന്തയിൽ യോഗം ചിതറി.

# ഓണാഘോഷം

ഫെയ്സ്ബുക്കിൽ ലൈവായി പാട്ടുപാടുന്ന സാനിദ്യ വിവേദ്യയുടെ അനുജത്തിയാണ്. അവൾ നാലാം ക്ലാസിലാണ് പഠിക്കുന്നത്. ചെറുപ്പത്തിലെ പാട്ടിൽ കമ്പം കാണിക്കുന്നത് കൊണ്ട് അച്ഛനും അമ്മയും അതിന് പ്രോത്സാഹനം നൽകി.

സന്തോഷിനും അനിതയ്ക്കും കുട്ടികളെന്നുവച്ചാൽ ജീവനാണ്. അവരുടെ ആഗ്രഹങ്ങൾ കഴിച്ചു മാത്രമേ അവർക്ക് ജീവിതമുള്ളു. കുട്ടികൾ പറയുന്ന ഒരു കാര്യം അത് സംഗീതത്തെയും പഠനത്തെയും നൃത്തത്തെയും കുറിച്ചായിരിക്കും. ചെയ്തുകൊടുത്തിട്ട് മാത്രമേ അവർക്ക് വിശ്രമമുള്ളു. സാനിദ്യ പാടി തുടങ്ങിയ നാൾ മുതൽ അത് അങ്ങനെയാണ്. ഇപ്പോൾ അവൾക്ക് നിറയെ ആരാധകരായി. സ്കൂളിലെ സ്റ്റാറാണ് സാനിദ്യ. അതിൽ ഏറെ അഭിമാനിക്കുന്നത് നിവേദ്യയാണ്. ഒരാൾ പാട്ടിൽ, മറ്റേയാൾ ഡാൻസിൽ .ഇത് സ്കൂളിലെ എല്ലാവരും പറയുന്നതാണ്.

അവരുടെ അച്ഛന് ഫാബ്രിക്കേഷന്റെ പണിയാണ്. പക്ഷേ ആര് കണ്ടാലും ഒരുസംവിധായകനാണെന്ന് തോന്നും. കഷണ്ടിയും താടിയും ചേർന്ന മുഖത്ത് സദാ ചിരിയാണ്. സന്തോഷവും സമാധാനവും കളിയാടുന്ന ഒരു വീടാണവരുടെത്. വീട്ടിൽ സന്തോഷമുണ്ടെങ്കിൽ അത് മുഖത്തുകാണുമെന്ന് മാത്രമല്ല അത് മറ്റുള്ളവരിലേക്കും വ്യാപിക്കും.

പോരായ്മകളില്ലാത്തവരില്ലല്ലോ. അത് മനസ്സിലാക്കി നൻമകളെ പുറത്തെടുത്ത് പരിപോഷിപ്പിക്കുമ്പോഴാണ് ജീവിതം സാർത്ഥമാകുന്നത്. അത് അവരുടെ ജീവിതത്തിൽ പ്രതിഫലിപ്പിക്കുന്നുണ്ട്. സംസാരത്തിലും, നടത്തത്തിലും, നോട്ടത്തിൽ പോലും അത് കാണാൻ പറ്റും.

നിവേദ്യയുടെ രക്ഷിതാക്കൾക്ക് എല്ലാ അധ്യാപകരേയും ബഹുമാനമാണ്. ഗുരുക്കൻമാരെ ബഹുമാനിക്കണമെന്ന് അവരുടെ മക്കളോട് പറയാതെ തന്നെ അവരുടെ പ്രവർത്തികളിലൂടെ മനസ്സിലാകും പറഞ്ഞറിയിക്കുന്നതിനേക്കാൾ എത്രയോ അറിവാണ് അനുഭവത്തിലൂടെ കിട്ടുന്നത്. പാട്ടുപാടുന്നത് കേൾക്കണം. ഡാൻസ് കണ്ട് മനസ്സിലാക്ക

ണം, ഭക്ഷണം കഴിച്ച് തന്നെ അറിയണം. അനുഭവം ഏറ്റവും നല്ല ഗുരുനാഥനാകുന്നതിന്റെ കഥകൾ ഒരുപാട് അവർ കുട്ടികൾക്ക് പറഞ്ഞുകൊടുത്തിട്ടുണ്ട്.

ഏറ്റവും ഇഷ്ടമുള്ള അധ്യാപകന് സമ്മാനം കൊടുക്കുന്ന പദ്ധതിയോട് നിവേദ്യയുടെ രക്ഷിതാക്കൾക്ക് നല്ല യോജിപ്പാണ്. എല്ലാ അധ്യാപകർക്കും എന്തെങ്കിലും കൊടുക്കണമെന്നാണ് അവരുടെ ആഗ്രഹം. അതിന് കാശ് ചിലവാക്കാൻ അവർ ഒരുക്കമാണ്. പക്ഷേ സ്വന്തമായി ഉണ്ടാക്കുന്ന സമ്മാനമേ കൊടുക്കൂ. എന്ന കുട്ടി ഗ്രൂപ്പിന്റെ തീരുമാനത്തിൻ അവർക്ക് മതിപ്പ് കൂടി. എല്ലാവിധ സഹായവും വാഗ്ദാനം ചെയ്തിരിക്കുകയാണ്.

ഒരു ദിവസം നിവേദ്യ അച്ഛനോട് ചോദിച്ചു.

'അച്ഛാ എന്താ സമ്മാനം കൊടുക്കേണ്ടത്.' ?

'അത് നിങ്ങൾ തന്നെ ആലോചിച്ച് തീരുമാനിക്കുന്നതായിരിക്കും ഉചിതം. പ്രായമായവരുടെ ചിന്തയും മനസ്സും നിങ്ങളേതിൽ നിന്ന് വ്യത്യസ്തമായിരിക്കും. അപ്പൊ അതിന്റെ കുട്ടിത്തം നഷ്ടപ്പെടും. അടുത്ത യോഗത്തിൽ എല്ലാവരും കൂടി ആലോചിച്ചാൽ ശരിയാകും'. അച്ഛന്റെ വാക്കുകൾ നിവേദ്യക്ക് കൂടുതൽ ആത്മവിശ്വാസം നൽകി.

അടുത്ത ദിവസം സ്കൂൾ അസംബ്ലിയിൽ വെച്ചായിരുന്നു ഓണാഘോഷത്തിന്റെ മത്സര വിജയികൾക്കുള്ള സമ്മാനം നൽകിയത്. ഏറ്റവും കൂടുതൽ സമ്മാനങ്ങൾ കിട്ടിയത് നിവേദ്യക്കും ഭഗത്തിനുമായിരുന്നു. നൗഫലിന് സമ്മാനമൊന്നും കിട്ടിയില്ല. എന്നാലും എല്ലാ പരിപാടിയിലും വളരെ ഉത്സാഹത്തോടെ പങ്കെടുത്തു. ഒരിക്കൽ അസംബ്ലിയിൽ വച്ച് തന്നെ ഹെഡ്മാഷ് അവനെക്കുറിച്ച് പറഞ്ഞിരുന്നു.

അന്ന് പറഞ്ഞ വാക്കുകൾ എനിക്ക് സമ്മാനത്തേക്കാൾ വലുതാണെന്ന് അവൻ എപ്പോഴും സുഹൃത്തുക്കളോട് പറയും. ഒരു ദിവസം ആ വാക്കുകൾ തന്റെ രക്ഷിതാക്കളോടും അവൻ പറഞ്ഞു.

'ഉപ്പാ സമ്മാനം കിട്ടുകയല്ല മറിച്ച് പങ്കെടുക്കുകയും ഭംഗിയായി ചെയ്യുകയുമാണ് വേണ്ടത്.' ഒരു പോസിറ്റീവ് എനർജിയുണ്ടാകുന്ന കാര്യമാണത്. ആത്മവിശ്വാസം നിറക്കുന്ന ഒരു സത്പ്രവർത്തി.

ഭഗത്തിന് ചിത്രം വരയിലും ക്രാഫ്റ്റ് നിർമ്മാണത്തിലുമെല്ലാം നിരവധി സമ്മാനങ്ങൾ കിട്ടും. എല്ലാത്തിനും ഫസ്റ്റ് കിട്ടുന്ന കുട്ടി. തോൽക്കാൻ തീരെ പഠിച്ചിട്ടില്ല അവൻ. ഒരിക്കൽ അസംബ്ലിയിൽ കണക്ക് മാഷ് പ്രസംഗിച്ചത് നൗഫൽ ഓർക്കാറുണ്ട്. തോൽക്കാനും പഠിക്കണമെന്നാണ് മാഷ് പറഞ്ഞത്. എന്നും വിജയിച്ചാൽ നേരിയ

തോൽവിയിൽ പോലും പതറിപോകും. അതുകൊണ്ട് തോൽവി ഒരു ചവിട്ടുപടിയാണ്.

നിതിൻ എന്ന അപ്പുവിന് വല്ലപ്പോഴും മാത്രമേ സമ്മാനം കിട്ടൂ. ആകെ ഒന്നോ രണ്ടോ തവണയേ അവന് അതിനുള്ള ഭാഗ്യം ഉണ്ടായിട്ടുള്ളു. അത് ഓട്ടത്തിനായിരുന്നു. കലാപ്രവർത്തനത്തിന് വലിയ താൽപ്പര്യമില്ലാത്തവൻ. സ്പോർട്സിൽ എന്നും മുന്നിലെത്തിനിൽക്കും. സമ്മാനം വാങ്ങിവരണമെന്ന് അവന്റെ അച്ഛനും അമ്മയും അവനെ നിർബന്ധിക്കാറില്ല. അവന് പറ്റുന്നത് ചെയ്താൽ മതി എന്ന ചിന്തയാണ് അവർക്ക് . എല്ലാവരും ഐ എ എസ് കാരായാൽ നാട്ടിലാരെങ്കിലും വേണ്ടേ എന്നാണ് അവന്റെ അച്ഛൻ പറയാറുള്ളത്.

സ്കൂൾ അത്‌ലറ്റിക്ക് മീറ്റിൽ അവൻ ഷൈൻ ചെയ്യും. നൂറ്മീറ്റർ, ഇരുന്നൂറ് മീറ്റർ, റിലേ മത്സരങ്ങൾ .. എന്നിങ്ങനെ എല്ലാത്തിനും അവൻ പേര് കൊടുക്കും. നിതിനെ പി. ടി. സാറിന് വലിയ ഇഷ്ടമാണ്. പഠിപ്പിൽ മാത്രമല്ല കളിയിലൂടെയും വലിയ ആളാവാം എന്ന് പലതവണ പി. ടി. സാർ പറഞ്ഞിട്ടുണ്ട്. ഐ.എം. വിജയന്റെയും സച്ചിൻ ടെണ്ടുൽക്കറുടെയുമൊക്കെ ഉദാഹരണങ്ങൾ പറയും. അന്നേരം നിധിന് ഒരു പ്രത്യേക ഉഷാറ് വരും.

അധ്യപകരുടെ മോട്ടിവേഷൻ പലതരത്തിലുണ്ട്. ചിലപ്പേൾ പുറത്ത് തട്ടി അഭിനന്ദിക്കും. മറ്റുചിലപ്പോൾ നല്ല പ്രശംസ ചൊരിയും. വേറെയിടത്ത് സമ്മാനങ്ങളിലൂടെയായിരിക്കും പ്രചോദിപ്പിക്കുന്നത്. മറ്റുള്ളവരോട് തന്നെക്കുറിച്ച് പറയുന്നതും അതിൽപ്പെടുന്നതാണ്.

പത്തംഗസംഘത്തിലെ ദേവാനന്ദിന് കണക്കിലാണ് താൽപ്പര്യം. പ്രശ്നോത്തരിയിലും, കണക്കിലെ കളികളിലും മറ്റും അവന് സമ്മാനം കിട്ടും. ഓണാഘോഷത്തിൽ അത്തരം ഇനങ്ങളൊന്നും നടത്തിയിട്ടില്ല. അതുകൊണ്ട് അവന് ഇത്തവണ ഒന്നും കിട്ടിയില്ല. സമ്മാനം, അത് എന്തായാലും മറ്റുള്ളവരുടെ മുന്നിൽ വെച്ച് കിട്ടുന്നത് ഒരു സുഖമുള്ള കാര്യം തന്നെയാണ്. ഒരിക്കലും സമ്മാനം കിട്ടിയിട്ടില്ലാത്തവർ എത്രയുണ്ടാകും. ദേവാനന്ദിന് അത്തരം ചിന്തകളുണ്ടാകാറുണ്ട്.

സമ്മാനം കിട്ടിയവരെക്കാൾ എത്രയോ കൂടുതലായിരിക്കുമത്. ഒരു പരിപാടിക്കും ഒരിക്കലും ചേരാത്തവർ നിരവധിയാണ്. ആരും അവരെയൊന്ന് പ്രോത്സാഹിപ്പിക്കാൻ മുന്നോട്ട് വന്നിട്ടുണ്ടാവില്ല. വീട്ടിൽ നിന്ന് പ്രോത്സാഹനമൊന്നും കിട്ടിയില്ലെങ്കിലും ദേവാനന്ദിന് സ്കൂളിൽ നിന്ന് നല്ല സപ്പോർട്ടാണ്. കണക്കിൽ മുൻപന്തിയിൽ എത്താൻ അതാണ് കാരണം. കണക്കുണ്ടെങ്കിൽ കാര്യമായി എന്ന് പണ്ടാരോ

പറഞ്ഞതായി ഒരിക്കൽ അവന്റെ അച്ഛൻ പറഞ്ഞിരിന്നു. അതൊരു ഹേതുവായി ഒന്നിച്ചുകൂടി.

എബിനും കളിയാണ് താൽപര്യം. സ്കൂളിലെ പേരില്ലാ ഫുഡ്ബോൾ ടീമിന്റെ ക്യാപ്റ്റൻ എബിനാണ്. പക്ഷേ മിക്ക ദിവസങ്ങളിലും കളി കിട്ടാറില്ല. കളി മാഷുടെ പിരിയഡ് കടം വാങ്ങി കണക്ക് മാഷ് കയറി വരും. ചിലപ്പോൾ മഴകാരണം കളിമുടങ്ങും. ചില ദിവസങ്ങളിൽ അവന്റെ അച്ഛന് പണി കൂടുതലാണെങ്കിൽ അവൻ ലീവെടുക്കും. അച്ഛനെ റബ്ബറ് വെട്ടാനും, ഉറയൊഴിക്കാനും, ഷീറ്റടിക്കാനുമെല്ലാം അവൻ സഹായിക്കുന്നുണ്ട്. അച്ഛനെ അമ്മയ്ക്ക് സഹായിക്കാൻ കഴിയാത്ത ദിവസങ്ങളിൽ അവനോട് അച്ഛൻ പറയും.

'എബിനെ, ഇന്ന് സ്കൂളിൽ പോണ്ട. ലേശം പണിയുണ്ട്. അവനും അത് ഇഷ്ടമാണ്. വല്യ ആളെപ്പോലെ പണിക്ക് കൂടാം. പണിസ്ഥലത്തിരുന്ന് അച്ഛനോടൊപ്പം ഭക്ഷണം കഴിക്കാം. പിന്നെ റബ്ബർ തോട്ടത്തിലിരിക്കുന്നത് തന്നെ ആനന്ദം നിറഞ്ഞതാണ്.

എബിൻ ഓർക്കാറുണ്ട് . പാല് തരുന്ന മരം. വെള്ളം കുടിക്കാതെ ജീവിക്കുന്നു. എത്രനാൾ... മഴക്കാലത്ത് മാത്രം വെള്ളം. പിന്നെ മാസങ്ങളോളം ജലാംശമില്ലാതെ. റബ്ബറിന്റെ വേരുകൾ അങ്ങ് പാതാളം വരെ ചെന്ന് ഭുമിയിലെ നീരുമുഴുവൻ ഊറ്റിയെടുത്ത് മണ്ണിനെ തരിശാക്കി മാറ്റുന്നുവെന്ന് സയൻസ് ടീച്ചർ ക്ലാസ്സിൽ പറഞ്ഞത് ചിലപ്പോഴൊക്കെ അവനെ മഥിക്കാറുണ്ട്. പിന്നെ, എന്നിട്ടും ആളുകൾ റബ്ബർ വെയ്ക്കുന്നു. ടാപ്പ് ചെയ്യുന്നു. പാലെടുത്ത് ഷീറ്റാക്കി വിറ്റ് കാശുണ്ടാക്കുന്നു. ഒരുപാട് പേർക്ക് തൊഴിൽ കൊടുക്കുന്ന ഏറ്റവും വലിയ കാർഷിക വിളയാണ് റബ്ബർ. ആ റബ്ബറിന്റെ പണിഅറിയുന്ന തന്റെ അച്ഛനെപോലെ താനും ഒരു വലിയ റബ്ബർ കർഷകനാകുന്നത് മനസ്സിൽ കാണാറുണ്ട്. ചിലപ്പോൾ എബിൻ അപ്പനോട് പറയും.

'അപ്പാ, ഇന്ന് ഞാനും വരുന്ന് പണിക്ക് . എന്തേ..?'

'സ്കൂളിൽ പോണ്ടേടാ, പറ്റുന്ന സമയത്ത് പോയി പഠിക്ക്.' സ്കൂളിലേക്ക് ഓട്ടോറിക്ഷയിലേക്ക് വരുന്ന കുറച്ച് കുട്ടികൾ മാത്രമേയുള്ളു. അതിലൊന്നാണ് നമിഷ്. പത്തംഗത്തിൽ കൃത്യമായി സംഭാവനയൊന്നും നൽകാത്ത ഏക അംഗം. മറ്റുള്ളവർ പറയുന്നത് അനുസരിക്കുകയും ചിലപ്പോൾ മുങ്ങുകയും ചെയ്യുന്ന രീതിയായത് കൊണ്ട് നമീഷിന് അധികം സുഹൃത്തുക്കളില്ല. ഏത് വിഷമം പിടിച്ച സംഗതിയാണെങ്കിലും നമീഷിന് ഇഷ്ടപ്പെട്ടാൽ അവൻ ചെയ്തിരിക്കും. സൂത്രശാലിയാണ്. ആരുടെ മുന്നിൽ ചെന്ന് എന്ത് യാചിക്കാനും മടി

യില്ല. പക്ഷേ ചെയ്യില്ല. മടിയൻ കുറുക്കൻ സമ്മാനം കൊടുക്കാൻ മിടുക്കനാണ്. പക്ഷേ സമ്മാനം വാങ്ങാൻ ഒട്ടും ഇഷ്ടമല്ല. ഓണാഘോഷത്തിന്റെ ഒരു പരിപാടിയിലും കൂടാത്ത ക്ലാസ്സിലെ ഒരേയൊരു വിദ്യാർത്ഥിയാണ് നമീഷ്.

പണിയെടുത്തവർ കൂലി വാങ്ങട്ടെ എന്ന മനോഭാവത്തിലാണ് നമീഷ് അസംബ്ലിയിൽ നിന്നത്.

തിരുവാതിരക്കളിയിലും, ശാസ്ത്രീയ സംഗീതത്തിലുമായിരുന്നു നിഹാരക്ക് സമ്മാനം കിട്ടിയത്. സ്കൂളില്ലാത്ത ദിവസങ്ങളിൽ കലാമണ്ഡലത്തിലെ ടീച്ചറുടെ വീട്ടിൽ പോയി ശാസ്ത്രീയ സംഗീതം പഠിക്കുന്ന കുട്ടിയാണ്. അച്ഛനുമമ്മയും സർക്കാർ ജോലിയാണ്. കലയോടും സാഹിത്യത്തോടും താൽപ്പര്യമുള്ള കുടുംബത്തിൽ പിറന്ന കുട്ടിയായതുകൊണ്ടും കാണാൻ സുന്ദരിയാണെന്നതിലും നിഹാരയ്ക്ക് ലേശം അഹന്തയുണ്ടെങ്കിലും അവൾ പഠിക്കാനും മിടുക്കിയാണ്.

വിനയം പെൺകുട്ടികളുടെ സൗന്ദര്യം വർദ്ധിപ്പിക്കുമെന്ന് ലതിക ടീച്ചർ പറയാറുണ്ട്. വിനയം മാത്രം പോരാ പ്രയത്നവും വേണമെന്ന് നിഹാരയുടെ അമ്മ പറയും. നിഹാരയുടെ അമ്മ മറ്റൊരുസ്കൂളിലെ അധ്യാപികയാണ്. പഠനകാര്യത്തിൽ അവൾ മുന്നിട്ടു നിൽക്കുന്നതും അത് കൊണ്ടാണ്. പരീക്ഷക്ക് നല്ല മാർക്ക് കിട്ടുന്നതുകൊണ്ടും, അധ്യാപികയുടെ മകളായതുകൊണ്ടും എല്ലാവർക്കും നിഹാരയോട് സ്നേഹമാണ്. ഒരുപാട് കുപ്പായമുണ്ടെങ്കിലും അതെല്ലാം ഇട്ട് നടക്കാൻ പറ്റാത്തതിൽ അവളുടെ അരിശം പലപ്പോഴും ക്ലാസിലെ കൂട്ടുകാരോട് പറയും.

എനിക്കിന്നലെ ഒരു പാവാടയും കുപ്പായവും വാങ്ങി. നല്ല വയലറ്റ് നിറത്തിൽ. പക്ഷേ സ്കൂളിൽ യുനിഫോമല്ലേ. ബർത്ത്ഡേ വരുമ്പോൾ മാത്രം കളർഡ്രസ്സ്. നമുക്ക് ആഴ്ചയിൽ ഒരു ദിവസം കളർ ഡ്രസ്സ് ഇടാൻ അനുവാദം ചോദിച്ചാലോ എന്ന ആശയം നിഹാരയുടെതായിരുന്നു. നിഹാര പറഞ്ഞത് കൊണ്ട് മാത്രമായിരിക്കും ഹെഡ്മാഷ് ആവശ്യം അംഗീകരിച്ചത്. അത് എല്ലാവർക്കും അവരുടെ വസ്ത്ര വിസ്മയം തുറക്കാൻ അവസരം കിട്ടി.

മുമ്പീനയും നദയും എഴുത്തിലാണ് കൂടുതൽ കേമത്തം കാട്ടുന്നത്. കഥ, കവിത, ലേഖനം തുടങ്ങിയവയിയെല്ലാം രണ്ടുപേരും കൂടും. മുമ്പീന ചിത്രം വരയിലും സമ്മാനം വാങ്ങിയിട്ടുണ്ട്.

ഓണപ്പതിപ്പിലെ ഏറ്റവും മികച്ച കഥയായി സമ്മാനം ലഭിച്ചത് നദയ്ക്കാണ്. കവിതയ്ക്ക് മുമ്പീനയ്ക്കും ഒന്നാം സമ്മാനം കിട്ടി. പതി

പ്പിന്റെ കവർ ചിത്രം വരച്ചുണ്ടാക്കിയത് ഭഗത്താണ്. പത്തംഗ സംഘ ത്തിലെ ഒട്ടുമിക്ക കൂട്ടുകാർക്കും നിരവധി സമ്മാനങ്ങൾ ലഭിച്ചതു കൊണ്ട് ലീഡർ നിതിന് ഒരു പ്രത്യേക സന്തോഷമുണ്ടായിരുന്നു ആ അസംബ്ലിയിൽ. ഒരു ഗ്രൂപ്പിന്റെ ലീഡറാണ് താനെന്ന സന്തോഷം മറ്റു ള്ളവരെ അറിയിക്കാൻ തിടുക്കമുണ്ട്. പക്ഷേ പറ്റില്ലല്ലോ.

എല്ലാവർക്കും സമ്മാനം നൽകി കഴിഞ്ഞതിന് ശേഷം ഹെഡ്മാ സ്റ്റർ ഓരോരുത്തരെ പേര് ചൊല്ലി അഭിനന്ദിച്ച് കൊണ്ട് അൽപം നീളം കൂടുതലുള്ള പ്രസംഗം നടത്തി.

'നമ്മുടെ സ്കൂളിന്റെ മാത്രമല്ല, ഈ നാടിന്റെ അഭിമാനങ്ങളാണ് ഇപ്പോൾ സമ്മാനം വാങ്ങിയ ഓരോ വിദ്യാർത്ഥിയും. അതിൽ ഞാനും അഭിമാനിക്കുന്നു. എന്നാൽ മറ്റൊന്നുണ്ട്. സമ്മാനം കിട്ടിയവർ മാത്ര മല്ല പരിപാടികളിൽ പങ്കെടുത്ത ഓരോരുത്തരും പ്രശംസ അർഹിക്കു ന്നവരാണ് . സമ്മാനത്തിനായി ഒരു കുട്ടിയെ തിരഞ്ഞെടുക്കണമെ ങ്കിൽ അവിടെ മത്സരമുണ്ടാകണം. അത്തരം ആരോഗ്യകരമായ മത്സര ബുദ്ധി വളർത്തിയെടുക്കുകയാണ് ഇത്തരം പരിപാടികളുടെ ലക്ഷ്യം. ജീവിതം വെറുതെ ജീവിച്ച് തീർക്കാതെ പുതിയ കാഴ്ചകളിലേക്ക് കണ്ണെത്തിക്കാനും, പുതിയ ആകാശങ്ങളിലേക്ക് കാതുകൂർപ്പിക്കാനും കഴിയട്ടെ.'

ഹെഡ്മാഷ് പറഞ്ഞുനിർത്തിയതോടെ കരഘോഷമുയർന്നു. ചിട്ട യായി ക്ലാസ്സിലേക്ക് നടന്നുപോകുമ്പോൾ നിതിൻ അംഗങ്ങളെ കണ്ണ യച്ച് നോക്കാൻ ഒരു വിഫല ശ്രമം നടത്തി. അതിൽ ഭഗത്തിന്റെ കണ്ണ് മാത്രമാണ് നിധിന് നേരെയുണ്ടായിരുന്നത്. ബാക്കിയുള്ളവരെല്ലാം അവരുടെ സർട്ടിഫിക്കറ്റിലും മെഡലിലേക്കുമാണ് നോക്കിയിരുന്നത്. ക്ലാസ്സിലേക്കു കയറുന്നത് വരെ അത് തന്നെ തുടർന്നുവെങ്കിലും അതോടെ അവരുടെ ശ്രമം പുസ്തകത്തിലേക്ക് മാറി വന്നു. ഏഴ് ബിയിൽ, ലതിക ടീച്ചർ പറഞ്ഞതുപോലെ വലിയ ഒരു സീക്രട്ടിന്റെ മൗനം തളം കെട്ടിനിന്നു. പക്വമതികളായി പത്തു പേർ ഒന്നിച്ചിരുന്ന ഏഴ് ബി ക്ലാസ്സ്.

ഓണാഘോഷത്തിന്റെ ക്ഷീണം തീരുന്നതിനു മുമ്പേ തന്നെ മറ്റൊരു പരിപാടി സ്കൂളിൽ അരങ്ങേറി. അത് മുമ്പൊരിക്കൽ മാറ്റിവച്ച ശാസ്ത്ര പ്രദർശനമായിരുന്നു. അന്ന് വേണ്ടത്ര സാധനങ്ങൾ ഒരുക്കിയെടുക്കാൻ പറ്റാത്തതും, മാറ്റി വെച്ച പ്രദർശനത്തിന് പേര് മാറ്റി ശാസ്ത്രത്തോ ടൊപ്പം സാമൂഹ്യവും, ഭാഷകളും എല്ലാം കൂട്ടിചേർത്ത സ്കൂൾ പ്രദർശ നമായി അതിനെമാറ്റിയെടുത്തു.

പ്രശസ്ത ശാസ്ത്രപ്രചാരകൻ ദിനേഷ്കുമാർ തെക്കുമ്പാട് പരിപാടി ഉദ്ഘാടനം ചെയ്തു. പഠനം കാര്യക്ഷമമാക്കണമെങ്കിൽ അത് രസകരവും അനുഭവ ഭേദ്യവുമായിരിക്കണം. ആസ്വാദ്യകരമായിരിക്കണം. കണ്ടും കേട്ടും തൊട്ടും മനസ്സിലാക്കിയും വേണം പഠിക്കേണ്ടത്. സയൻസ് ക്ലാസിൽ ടീച്ചർ പഠിപ്പിച്ച പലകാര്യങ്ങളും ദിനേശൻ മാസ്റ്റർ പ്രദർശിപ്പിച്ചു. അതിലൊന്ന് വളരെ രസകരമായി തോന്നി. രണ്ട് ചെറിയ ഗ്ലാസ്സിൽ വെള്ളമടുത്ത് അതിലൊന്നിൽ നീലനിറവും മറ്റേതിൽ മഞ്ഞനിറവും ചേർത്തു. രണ്ട് കൈകളിൽ ഉയർത്തിപിടിച്ച് മാഷ് ചോദിച്ചു.

'ഈ രണ്ട് നിറങ്ങളും യോജിപ്പിച്ചാൽ ഏത് നിറം കിട്ടും ?'

കുട്ടികൾ എല്ലാവരും ടീച്ചർ പഠിപ്പിച്ചതുപോലെ പറഞ്ഞു.

'പച്ചനിറം'.

'അതെ പച്ചനിറം, ഒന്ന് നോക്കാം...' മാഷ് രണ്ട് ക്ലാസ്സിൽ നിന്നും തുല്യ അളവിൽ വെള്ളം മറ്റൊരു ഗ്ലാസ്സിലേക്കൊഴിച്ചു.

സുന്ദരമായ പച്ചനിറത്തിലുള്ള വെള്ളം എല്ലാവരും കണ്ടു. ഇത് കാണുന്നതോടെ മനസ്സിൽ ഒരു ചിത്രമായി തങ്ങിനിന്നു. എന്നാൽ മറ്റൊരു കാര്യം ടീച്ചർ പറഞ്ഞ് പഠിപ്പിച്ച കാര്യം പരീക്ഷിച്ചത്കൊണ്ട് മാത്രം കാര്യമായില്ല. നിങ്ങൾ അവിടെ നിർത്തരുത്. അതിന്റെ അപ്പുറത്തേക്ക് എത്തി നോക്കി പുതിയ ഒന്നിനെ ഉണ്ടാക്കണം. ഒരു ഉദാഹരണം നോക്കുക. നീലയിലേക്ക് മഞ്ഞ ഒഴിച്ചപ്പോൾ പച്ചകിട്ടി. എന്നാൽ അത് ഒഴിക്കാതെ എങ്ങനെ പച്ചയുണ്ടാക്കുന്നു എന്ന് കാണുക. ദിനേശൻ മാഷ് ഒരു മാജിക് കാരനെപ്പൊലെ ഒരു വലിയ പാത്രത്തിൽ നീല നിറമുള്ള വെള്ളമെടുത്തു. ഒരു വലിയ ഗ്ലാസ്സിൽ മഞ്ഞനിറമുള്ള വെള്ളവും. അതിന്ശേഷം നീലവെള്ളത്തിലേക്ക് മഞ്ഞവെള്ളമുള്ള ഗ്ലാസ് താഴ്ത്തിവച്ചു.

അതാ മറ്റൊരു വിസ്മയം

നിലവെള്ളത്തിലുള്ള മഞ്ഞ ഗ്ലാസ്സിന്റെ ഭാഗത്ത് പച്ചനിറവും, നീലവെള്ള മുള്ള മുകൾഭാഗത്ത് മഞ്ഞനിറവും ...ഇങ്ങനെ വർണ്ണങ്ങളുടെ കൂടിച്ചേരൽ ഗംഭീരമാക്കി. ശാസ്ത്ര പ്രദർശനത്തിൽ എല്ലാകുട്ടികളും, അധ്യാപകരുടെയും, രക്ഷിക്ഷിതാക്കളുടെയും സഹായത്തോടെ പല പരിപാടികളും അവതരിപ്പിച്ചു. പ്രദർശനത്തിൽ ഏഴ് ബി ക്ലാസ്സുകാരുടെ പങ്കാളിത്തം മികച്ചതായിരുന്നു.

രണ്ട് പരിപാടികൾ അടുത്തടുത്തായി നടത്തിയതുകൊണ്ട് കുറെയാളുകൾക്ക് പലരീതിയിലുണ്ടായിരുന്ന ബുദ്ധിമുട്ട് മാറ്റിയെടുക്കാൻ

കുറെ നാളുകൾ വേണ്ടി വന്നു.

പ്രവർത്തിക്കുന്നവർക്ക് ജോലിക്ക് ക്ഷാമമുണ്ടാകില്ല. വീണ്ടും വീണ്ടും പുതിയ പ്രവർത്തനങ്ങൾ വന്നുകൊണ്ടിരിക്കും. ഓരോ പ്രധാനദിവസങ്ങളും ആഘോഷങ്ങളാക്കാം. അധ്യാപകദിനം ആ കൂട്ടത്തിൽ ഒഴിവാക്കാൻ പറ്റാത്തതാണ്. അധ്യാപകദിനത്തിൽ കുട്ടികൾക്കാണ് പ്രാധാന്യം.കുട്ടി അധ്യാപകർ ക്ലാസെടുക്കാനും പരീക്ഷനടത്താനുമൊക്കെയുള്ള അറിവ് നേടുന്നത് അങ്ങനെയാണ്.

ഇത്തവണ അധ്യാപക ദിനത്തിൽ കാര്യമായ പരിപാടികളൊന്നുമുണ്ടായിരുന്നില്ല. ഒന്നാമത് അത് വന്നത് ഞായറാഴ്ചയായിരുന്നു. പിന്നെ രണ്ട് മൂന്ന് വലിയ പരിപാടികൾ ഒന്നിച്ചു തന്നെ വന്നതുകൊണ്ട് എല്ലാവരും ബുദ്ധിമുട്ടിലുമായിരുന്നു. രക്ഷിതാക്കൾക്ക് സ്കൂളിലെ തിരക്കുമാത്രമല്ലല്ലോ അവരുടെ വകയായി മറ്റു പലതുമില്ലേ. അതൊക്കെ ചേർന്ന് ഇത്തവണ കുറച്ചു.

നിതിനും കൂട്ടരും ആദ്യം തീരുമാനിച്ചത് പ്രിയപ്പെട്ട അധ്യാപകർക്ക് സമ്മാനം കൊടുക്കുന്നത് ഈ ദിനത്തിൽ വേണമെന്നായിരുന്നു. പക്ഷേ തീരുമാനങ്ങൾ നടപ്പിലാക്കാൻ സമയം വേണമെന്ന് കാലത്തിന്റെ ആവശ്യം. അതിനെ തടയിടാൻ ഏഴ് ബിയിലെ പത്തംഗസംഘത്തിന് കഴിയില്ല.

ചിലകാര്യങ്ങൾ അതിന്റെ സമയമാകുമ്പോൾ മാത്രം നടക്കും. നിതിൻ തോട്ടത്തിലെ മാവിൻ ചുവട്ടിൽ നിന്ന് മേൽപോട്ട് നോക്കി. മാവിൽ നിറയെ മാമ്പൂക്കൾ. നല്ല നിറവും മണവുമുള്ള മാമ്പൂക്കൾ നിറഞ്ഞു നിൽക്കുന്ന പൂക്കൾ നോക്കി അവൻ ചിന്തിച്ചു.

ശരിയല്ലേ.. എല്ലാറ്റിനും അതിന്റെ സമയമുണ്ട്. മാമ്പൂക്കൾ വിരിയാനും അതിനുള്ളിലെ ഉണ്ണികൾ വിരിഞ്ഞ് ചെറു മാങ്ങകൾ വളരാൻ ഒരു സമയമുണ്ട്. ഗർഭാശയത്തിൽ ബീജം കുട്ടിയായി വളരാൻ, അത് പുറത്ത് വരാൻ എല്ലാറ്റിനും അതിന്റേതായ സമയമുണ്ട്.

കശുമാവിൻ പൂക്കൾ, നല്ല കൊഴുത്ത പഴങ്ങൾ നിരത്തി തൂങ്ങികിടക്കുന്നത് കാണാൻ ഭംഗി മാത്രമല്ല. ഐശ്വര്യവും കൂടിയാണ്. കുന്നിൻ പുറത്തെ ചെടികളും, മരങ്ങളും പൂക്കുന്നതും ഇലകൊഴിയുന്നതും അതിന്റെ സമയത്താണ്.

കൊയ്ത്തുനടത്തുന്നതും വിളയുന്നതും വിത്തു വിതയ്ക്കുന്നതും ഞാറ് പറിക്കുന്നതും കന്നുപൂട്ടുന്നതുമെല്ലാം ഓരോ സമയത്താണ്. കാലം തെറ്റി മഴ വന്നാലും, വെയില് രൂക്ഷമായാലും, കാർഷിക വിള തകർന്നാലും എല്ലാറ്റിനും കാലം ഒരു അടയാളമാണ്.

ഏഴ് ബിയിലെ സമ്മാനകൂട്ടം കാത്തിരിക്കുന്നത് അതിനുപറ്റിയ മുഹൂർത്തത്തിന് വേണ്ടിയാണ്. ഇഷ്ടപ്പെട്ട അധ്യാപികയെ തിരഞ്ഞെടുത്തതുപോലെ അതിന് തക്കതായ സമ്മാനം നൽകണം. എന്താണ് സമ്മാനം അത് തീരുമാനിക്കണം.
പത്തംഗങ്ങളും പലവഴിക്ക് ചിന്ത തുടങ്ങി.

എബിന് വലിയ ചിന്തകളൊന്നുമുണ്ടായിരുന്നില്ല. ഒരു ദിവസം എബിന്റെ അച്ഛൻ അവനോട് ചോദിച്ചു.

'എന്തായടാ നിന്റെ മാഷക്ക് സമ്മാനം കൊടുക്കുന്ന പരിപാടി..?' റോഡരികിലെ പ്ലാവിൽ നിന്ന് ചക്കയൊഴികെ മറ്റെല്ലാം കൊത്തിയെടുത്തുകൊണ്ട് ആട്ടിനെ പോറ്റാൻ പോകുന്ന നൗഷാദിനെ നോക്കിക്കൊണ്ട് നിൽക്കുകയായിരുന്നു എബിൻ അപ്പോൾ.

'അതൊന്നുമായില്ലപ്പാ, ആളെ മാത്രം കിട്ടി. സമ്മാനം തീരുമാനിച്ചില്ല. അതുപോലെ തീയ്യതിയും.'

'ങ്ഹാ, നീ പോയി ആ ഒട്ടുപാല് പൊറുക്കി വെക്ക്.'

'ശരി അപ്പാ.'

എബിൻ ഒട്ടുപാലിന്റെ പിറകെപോയി. ഒട്ടുപാൽ പൊറുക്കിയെടുത്ത് ഒട്ടിച്ച് ഒരു ബോളാക്കി മാറ്റിയെടുക്കാൻ അവന് വല്ല്യ ഉത്സാഹമാണ്. കാണാൻ വൃത്തിയില്ലെങ്കിലും പണമാണത്.

ഭഗത്തിന്റെ മനസ്സിൽ സമ്മാനചിന്തകൾ ഇടക്കിടെ കടന്നുവരുന്നുണ്ടെങ്കിലും ഒന്നിലും ഉടക്കി നിൽക്കാതെ അങ്ങനെ വഴുതിപോയി. അതിനിടയിൽ ഭഗത്തിന് ഒരു പുതിയ ഉൾവിളിയുണ്ടായി. ശിൽപ്പി കൂക്കാനം സുരേന്ദ്രന്റെ വീട്ടിൽ പോകാനുള്ള അവസരം കിട്ടിയ സമയത്തായിരുന്നു അത്. കൂക്കാനം സുരേന്ദ്രൻ നാട്ടിലെ ഒട്ടുമിക്ക സ്ഥലങ്ങളിലും, വായനശാലകളിലുമെല്ലാം മനോഹരങ്ങളായ ശിൽപ്പങ്ങളുണ്ടാക്കിയിട്ടുണ്ട്. ഭഗത്തിന് ചിത്രം വരയിൽ മാത്രമല്ല മരത്തിലും ചിരട്ടയിലും ശിൽപ്പങ്ങൾ കൊത്തുന്നതിലും നല്ല സാമാർത്ഥ്യമുണ്ട്. സ്കൂളിലെ മത്സരപരിപാടികളിൽ ഭഗത്തിന് ശത്രുവായ ഒരേഒരാൾ മാത്രം. ആറ് എയിൽ പഠിക്കുന്ന മണികണ്ഠൻ. അവന്റെ ശിൽപ്പങ്ങൾ മഹത്തരം തന്നെ. അവൻ കൂക്കാനത്തിന്റെ ശിഷ്യനാണ്. ആഴ്ചയിലൊരിക്കൽ അവൻ സുരേന്ദ്രന്റെ വീട്ടിൽ ശിൽപ്പംകൊത്തൽ പഠിക്കാൻ പോകുന്നുണ്ട്.

ഭഗത്തിന് കൂക്കാനത്തിന്റെ കുറെ ശിൽപ്പങ്ങൾ കാണാനിടയായത് ഒരു ഞായറാഴ്ച തന്റെ അച്ഛന്റെ കൂടെ അയാളുടെ വീട്ടിലേക്ക് പോയപ്പോഴായിരുന്നു. ഭഗത്തിന്റെ അച്ഛനും കൂക്കാനവും നല്ല സുഹൃത്തു

ക്കളാണ്. നാടകത്തിന്റെ ആവശ്യത്തിനു വേണ്ടിയായിരുന്നു അന്ന് അച്ഛനും മകനും ഓട്ടോറിക്ഷയിൽ സുരേന്ദ്രന്റെ വീട്ടിലെത്തിയത്.

ഒച്ചയനക്കമില്ലാതെ സുരേന്ദ്രൻ ഒരു ശിൽപ്പത്തിന്റെ മിനുക്കുപണിയിലായിരുന്നു. കുറേ നേരം അത് തന്നെ നോക്കിയിരുന്നതിന് ശേഷമാണ് ഭഗത്തിന്റെ അച്ഛൻ കൂക്കാനത്തെ വിളിച്ചത്.

കൂക്കാനം തിരിഞ്ഞുനോക്കിയത് ഭഗത്തിനെയായിരുന്നു. ഏതോ ഒരു രശ്മി ഭഗത്തിലേക്ക് പ്രവഹിച്ചതായി അവന് തോന്നി. അന്നേരം അവൻ തീരുമാനിക്കുകയായിരുന്നു... സമ്മാനം ഒരു ശിൽപ്പം.

# പൂച്ചഭാഷ

ഒക്ടോബറിലെ ഗാന്ധിജയന്തി ദിനത്തിലും, നവംബറിലെ ശിശു ദിനാഘോഷപരിപാടിയിലും, പത്തംഗ സംഘത്തിന്റെ ഉദ്ദേശം നടന്നില്ല. അതിനു സമയമായില്ലെന്ന് അവരുടെ മനസ്സ് പറഞ്ഞു.

മുന്തിയ തീരുമാനങ്ങളും, പ്രവർത്തനങ്ങളും അത്രവേഗത്തിൽ നടപ്പിൽ വരില്ല. അതിനു കാലതാമസം വേണം. മെല്ലെ സമയമെടുത്ത് ആലോചിച്ച്, വെട്ടിത്തിരുത്തി, ശുദ്ധീകരിച്ച് എഴുതുന്ന ഒരു കഥപോലെ വൃത്തിയുള്ളതായിരിക്കും. പാകമായി പഴുത്ത് വീഴുന്ന ഒരു മാമ്പഴം പോലെ, മൃദുലവും രുചികരവുമായ ഒരു വിഭവം...... അതിന്, അതിനു വേണ്ടുന്ന സമയമെടുക്കണം. അതിൽ മെമ്പർമാർക്ക് എതിരഭിപ്രായമൊന്നുമില്ല.

ഗാന്ധിജയന്തി ദിനത്തിൽ, കുട്ടിഗാന്ധികൾ കുറേ അണിനിരന്നു. ലതിക ടീച്ചറുടെ മേൽനോട്ടത്തിൽ, സ്കൂളിൽ ഗാന്ധിമരവും അതിൽ, അടുത്തിടെ വീരമൃത്യു വരിച്ച ജവാൻമാരെ അനുസ്മരിക്കലും നടന്നു. ഗാന്ധിമരത്തിന്റെ ശാഖകളിലെല്ലാം മെഴുകുതിരി കത്തിച്ചുകൊണ്ട് ആ പരിപാടി ഉദ്ഘാടനം ചെയ്തത് നാട്ടിലെ പ്രമുഖ ഗാന്ധിയനാണ്. ഏഴാംക്ലാസ്സ് എ യിലെ ഇന്ദുലേഖയാണ്, നിവേദ്യയ്ക്ക് സുഖമില്ലാത്തതിനാൽ ഗാന്ധിയായി വേഷമിട്ട് ചർക്ക തിരിച്ചുകൊണ്ടിരുന്നത്. ജയലളിത ടീച്ചറെ കൂടാതെ വേഷമിട്ട, ഇന്ദുവിനും പിന്നെ അവരുടെ അമ്മയ്ക്കും മാത്രമേ മേക്കപ്പിട്ട ഭാസിയെ കൂടാതെ, ആളെ തിരിച്ചറിയാൻ പറ്റിയുള്ളൂ.

പ്രത്യേക അസംബ്ലിയിൽ ഹെഡ്മാസ്റ്റർ എഴുതിയ ഒരു ചെറിയ സ്കിറ്റ് അവതരിപ്പിച്ചു. ഗാന്ധിജി, സത്യം, അഹിംസ, കളവുപറയാതിരിക്കൽ തുടങ്ങിയ മൂല്യങ്ങൾക്ക് വലിയ വില കൽപ്പിച്ചിരുന്നുവെന്ന് എടുത്തുകാണിക്കുന്ന ഒരു ചെറുസ്കിറ്റായിരുന്നു അത്. ഏഴ് ബി യിലെ മാത്രം പന്ത്രണ്ട് കുട്ടികളാണ് അതിൽ പങ്കെടുത്തത്.

എല്ലാകാര്യത്തിലും ഏഴാം ക്ലാസ്സുകാരെ കൂടുതലായി പങ്കെടുപ്പിക്കുന്നതിൽ താഴ്ന്ന ക്ലാസ്സിലെ കുട്ടികൾക്കും, അധ്യാപകരിൽ ചിലർക്കും ചെറിയ രീതിയിൽ മുറുമുറുപ്പുണ്ടായിരുന്നത്, വിജയൻ

മാസ്റ്ററുടെ സമയോജിതമായ ഇടപെടലിലൂടെ ഒതുങ്ങി.

സ്കൂളിൽ, ഓരോരോ പരിപാടികൾ കഴിയുന്തോറും പത്തംഗസം ഘത്തിന് വേവലാതി കൂടുകയാണ്. അത് ഏറ്റവും കൂടുതൽ കാണുന്നത് നിതിനാണ്. ലീഡറാണല്ലോ..... മൂക്കിൽ രോമം വളർന്നതിനാൽ നിതിന്റെ അമ്മ ഇടക്കിടെ പറയും, ആരോ എന്നെക്കുറിച്ച് പറയുന്നുണ്ടെന്ന്; പുതിയ സാരി വാങ്ങിയതിൽപിന്നെ, കുറേനാളുകൾക്കുശേഷം എടുത്തുനോക്കിക്കൊണ്ട് അവർ പറഞ്ഞു.

'എടാ നിന്റെ സമ്മാനപ്പരിപാടിയെന്തായി'

നിതിൻ, അത് കേൾക്കാനിരിക്കുകയായിരുന്നു. പുതിയ കടലാസ് ടൈപ്പ് സാരി മടക്കിവെച്ചുകൊണ്ടിരിക്കുകയായിരുന്ന അമ്മയോട് നിതിൻ പറഞ്ഞു.

'അത് ഏതാണ്ട് തീരുമാനമായി. സമ്മാനം എന്തുകൊടുക്കണമെന്ന കാര്യത്തിൽ മാത്രം തീരുമാനമായില്ല. അമ്മ എന്തുപറയുന്നു...... എന്തു സമ്മാനം കൊടുക്കണം...?'

നിതിൻ മതിലിനരികിൽ വെറുതെയിരുന്ന് ഒച്ചയുണ്ടാക്കുന്ന പൂച്ചയെനോക്കി. അതിന്റെ ഇണപ്പൂച്ച മതിലിനുമുകളിലിരുന്ന് എന്തോ കാര്യമായി അതിനോട് സംസാരിക്കുന്നുണ്ട്.

പൂച്ചഭാഷ. അതറിയാത്തതുകൊണ്ടുമാത്രം നിതിൻ കുറേനേരം അവരുടെ ചേഷ്ടകൾ നോക്കി. രണ്ടു പൂച്ചകളും കുറേ നേരമായി, മതിലിനടുത്ത് കലപിലയിലാണ്. എന്തോ കാര്യമായ ചർച്ചയിലാണവർ.

നിതിൻ മെല്ലെ നടന്ന് പൂച്ചയ്ക്കരികിലെത്തി. ഇങ്ങനെ ഒരാൾ അടുത്തുവന്നിട്ടുണ്ടെന്നുപോലും ഗൗനിക്കാതെ അവർ അവരുടെ കേളികളിൽ തുടർന്നു.

അവൻ ഓർത്തു.

ഈ, ഞായറാഴ്ച വേണ്ടായിരുന്നു. ഒഴിവുദിവസം....... ഒരു വല്ലാത്ത ദിവസം തന്നെ. കൂട്ടുകാരെയൊന്നും കാണാതെ ദിവസം മുഴുവൻ. വീട്ടിലെല്ലാമുണ്ടെങ്കിലും, അതൊന്നും പോരാ. ഒത്തുകൂടലിന്റെ ഒരു സുഖം. അതും തീരാൻപോകുന്ന സമയത്ത്......

ഏഴാം ക്ലാസ്സ് കഴിഞ്ഞാൽ എല്ലാവരും പലയിടത്താകും. ഒന്നുമുതൽ ഒന്നിച്ചിരുന്ന് കുറുമ്പുകാട്ടിയവരൊക്കെ ഹൈസ്ക്കൂളിലേക്ക് പോകും. അതും പലയിടത്തായി. ഒരേ സ്കൂളിൽ ചേരുന്നവർതന്നെ, പല ഡിവിഷനുകളിലായേക്കും...... ഒന്നിച്ചാവില്ലല്ലോ......

ശിശുദിന ചിന്തകളുമായി നിതിൻ കിടന്നു. അവനെപ്പോലെ

ഭഗത്തും, നമിഷുമെല്ലാം ചിന്തിക്കുന്നുണ്ടായിരുന്നു. എബിന് ശിശുദിനത്തെക്കുറിച്ച് കൂടുതൽ കാര്യങ്ങളറിയാം. ഒരു ശിശുദിനത്തോടെയാണ് അവന്റെ അച്ഛൻ സ്കൂൾ മതിയാക്കിയത്. ശിശുദിന സ്റ്റാമ്പിന്റെ കാശുകൊടുക്കാത്തതിനാൽ അയാളെ ക്ലാസ്സിൽ നിന്നും പുറത്താക്കിയതും, അതിനുശേഷം, അയാൾ അണ്ടി പെറുക്കാൻ പോയതും, എബിന്റെ അച്ഛൻ അവനോട് പറഞ്ഞിട്ടുണ്ട്.

സ്കൂളിൽ, ശിശുദിനത്തിന് കൂടുതൽ പരിപാടികളുണ്ടായിരുന്നു. ഏഴ് ബി ക്ലാസ്സിലെ കുട്ടികൾ എല്ലാറ്റിലും മുന്നിൽനിന്നു. നെഹറു വേഷം ധരിച്ച കുറേ കുട്ടികൾ കയ്യിൽ റോസാപൂവുമായി അദ്ധ്യാപകരെ എതിരേറ്റു. ശിശുദിനത്തിന്റെ ഭാഗമായി ഏഴാം ക്ലാസ്സുകാർ സംയുക്തമായി ഒരു സ്റ്റാമ്പ് പുറത്തിറക്കി. അതിൽ ലതിക ടീച്ചറുടെ പടമായിരുന്നു. അതുകണ്ട് ലതിക ടീച്ചർ ആനന്ദത്തിലമർന്നു. മറ്റ് അദ്ധ്യാപകരും കുട്ടികളും അത്ഭുതപ്പെട്ടു. എല്ലാവർക്കും സ്റ്റാമ്പ് സൗജന്യമായി വിതരണം ചെയ്തു. അതെല്ലാം ഭഗത്തിന്റെ കലയായിരുന്നു.

അതുകൂടാതെ ശിശുദിനപ്പതിപ്പ് ഇറക്കാൻ ഉത്സാഹിപ്പിച്ചത് മലയാളം മാഷാണ്. മാഷെഴുതിയ ഒരു ലേഖനത്തിൽ സ്കൂളിന്റെ മുഴുവൻ കാര്യങ്ങളും ഉൾക്കൊള്ളിച്ചു. കൂടാതെ മാഷുടെ വകയായി ഒരു കവിതയുമുണ്ടായിരുന്നു. മഹാൻമാരുടെ വചനങ്ങൾ കൂട്ടിച്ചേർത്ത ഒരു പംക്തിയിൽ ഏഴ് ബി യിലെ നദയുടെയും മുബീനയുടെയും വാക്കുകളുണ്ടായിരുന്നു. കൂടാതെ ഭഗത്തിന്റെ ചിത്രങ്ങൾ , മുബീനയുടെ കഥ, നിവേദ്യയുടെ ലേഖനം. അങ്ങനെ സമ്പന്നമായ ഒരു ശിശുദിനപ്പതിപ്പ്.

എല്ലാം കൊണ്ടും ഇത്തവണത്തെ ശിശുദിനം ഗംഭീരമായി. ഹെഡ്മാസ്റ്റർ അടുത്ത ദിവസം അസംബ്ലിയിൽ അതിനെക്കുറിച്ച് പറയുന്ന സമയത്ത് കേൾക്കാൻ കുറേ രക്ഷിതാക്കളുമുണ്ടായിരുന്നു. അവസാനവർഷ വിദ്യാർത്ഥികളായതിൽ ഏറ്റവും കൂടുതൽ സന്തോഷിക്കുകയും അഭിമാനിക്കുകയും ചെയ്തുവെങ്കിലും, അവരുടെ മനസ്സിൽ ഒടുങ്ങാതെയിരിക്കുന്ന ഒരു സങ്കടം, അവർക്കിത് തുടരാൻ കഴിയില്ലല്ലോ എന്നത് മാത്രമായിരുന്നു.

ശിശുദിനവും കഴിഞ്ഞു. ഇനി വേഗം നമ്മുടെ കാര്യം തീരുമാനിക്കണം. ഇനിയും വൈകിയാൽ നടക്കാതെ പോകും. നിതിൻ അടുത്ത ദിവസം ഗ്രൂപ്പ് മെമ്പർമാരോടു പറഞ്ഞു.

'അതിനല്ലേ നമ്മൾ അടുത്ത മീറ്റിംഗ് നിന്റെ വീട്ടിൽ വെച്ചത്' നൗഫലാണ് പറഞ്ഞത്.

നൗഫലിന് അത് നല്ല ഓർമ്മയുണ്ട്. ആദ്യത്തെ മീറ്റിംഗ് കഴിഞ്ഞ സമയത്ത് എല്ലാവരും പറഞ്ഞതാണ്; അടുത്ത യോഗത്തിൽ ഒരു തീരുമാനമുണ്ടാക്കാമെന്ന്. പക്ഷേ അതിനുശേഷം മാസങ്ങൾ തന്നെ കഴിഞ്ഞു. വയലിലെ വിളകൾ കൊയ്തു. മൊട്ടിട്ടുതുടങ്ങിയ വെള്ളരിയും, കുമ്പളവും വലിയ വിഭവങ്ങളായി വീടുകളിൽ നിറഞ്ഞു. കാറ്റിനും, വെയിലിനും ഒരുപാട് മാറ്റങ്ങൾ വന്നു. സ്കൂളിലെ സ്പോർട്സ് മീറ്റ് തുടങ്ങാറായി. എന്നാലും നൗഫലിന് മാത്രമല്ല മറ്റ് ചിലർക്കും അന്ന് പറഞ്ഞകാര്യം ഓർമ്മയുണ്ട്.

'ഓ അത്ശരി, അപ്പോ അടുത്ത യോഗം എന്റെ വീട്ടിലാണ് അല്ലെ. പടച്ചോനെ പറഞ്ഞു കെണിഞ്ഞ്വാ....'

'അതെ അടുത്ത ശനിയാഴ്ച നിന്റെ വീട്ടിൽ നമ്മൾ ഒന്നിച്ചിരിക്കുന്നു'. ഭഗത്തിന്റെ കമന്റ്.

'ശരി. എന്നാപിന്നെ അന്ന് കാണാം..' നിതിൻ.

പിന്നീടുള്ള ദിനങ്ങൾ ആ യോഗത്തിനെക്കുറിച്ചുള്ള തയ്യാറെടുപ്പുകളായിരുന്നു നിതിന്റെ മനസ്സിലും വീട്ടിലും.

നിതിൻ വീട്ടിൽ ചെന്ന് അച്ഛനോട് കാര്യങ്ങൾ പറഞ്ഞു. ഓരോ മാസത്തിലും ഓരോരാളുടെ വീട്ടിൽ യോഗം ചേരാനാണ് അന്ന് തീരുമാനിച്ചത്. പക്ഷേ, മറ്റുചില തിരക്കുകൾ കാരണം അതിന് കഴിഞ്ഞില്ല. ഈയാഴ്ച യോഗം ചേരുന്നുണ്ട്. അത് ഇവിടെയാണ്. എല്ലാരും പറയുന്നു. ചേർന്നൂടേ......?

'എന്താടാ നീയിങ്ങനെ പേടിക്കുന്നത്. പേടിക്കാതെ കാര്യം പറ. ഇതൊന്നും പേടിച്ചോണ്ട് ചെയ്യേണ്ടതല്ല. നല്ല ധൈര്യം വേണം. എന്തിനാ പേടിക്കുന്നേ, ഞാനില്ലേ..' അച്ഛൻ അവനെ കെട്ടിപ്പിടിച്ച്, തലയിൽ തലോടിക്കൊണ്ട് പറഞ്ഞു.

'പക്ഷേ, അച്ഛാ അവർക്ക് ഭക്ഷണം കൊടുക്കണം...'.

'എടാ ഒരു പത്തു കുട്ടികൾക്ക് ഭക്ഷണം കൊടുക്കുന്നതിൽ സന്തോഷമല്ലാതെ, ആർക്കാ വെഷമം..... നീ കുറേ അധികം കൂട്ടുകാരെ വിളിച്ചോ.... ഭക്ഷണത്തിന്റെ കാര്യമോർത്ത് വേവലാതി വേണ്ട'. നിതിന്റെ അമ്മ അത് കേട്ടു പറഞ്ഞു.

'ഇവിടെ കുറേയാളുകൾ, നിന്റെ ഭാഗത്തുനിന്ന് വരുന്നത് ആദ്യായിട്ടല്ലെ... വന്നു നമ്മുടെ വീടെല്ലാം കാണട്ട്. അച്ഛന്റെ എത്ര സുഹൃത്തുക്കൾ വരുന്നുണ്ട്. നീ കാണാറില്ലേ. പിന്നെ നിനക്കെന്താ ഒരു മടി. ഇവിടെ എല്ലാം റെഡിയായിട്ടുണ്ടാകും. മോനൊന്നുകൊണ്ടും പേടിക്കേണ്ട.'

നിതിൻ ഒരു വലിയ മരത്തിൻമുകളിൽ കയറിയിരുന്ന് ആകാശത്തെ അടുത്തുകണ്ടു. നീലവർണ്ണമേഘം. വെള്ള മേഘങ്ങൾ അതിലൂടെ ഗ്രൂപ്പായി ഒഴുകി നീങ്ങുന്നു. ഈ മേഘങ്ങളൊക്കെ എങ്ങോട്ടോ പോവുകയാണ്. ഒരുപക്ഷേ തന്നെപ്പോലെ പുതിയ പരിപാടി ആലോചിക്കാനായിരിക്കും.

മരത്തിൽ നിന്ന് ഒരു ചോണോനുറുമ്പ് അവനെ കടിച്ചു. ശ്ശോ..! അവൻ കൈകുടഞ്ഞു പറഞ്ഞു.
അപ്പോൾ അവനറിഞ്ഞു കിടക്കപ്പായയിലാണ് താനെന്ന്.

ഇരുവശത്തും വെള്ളപ്പൂഴി നിലവഴി.... അതിനു നടുവിലായി ഒരു ഇലയില്ലാമരം.... അങ്ങുദൂരെ ചെറുകുടിലുകൾ നേർത്തുകാണാം. നിതിന്റെ വീട്ടിൽ തൂക്കിയിട്ടിരിക്കുന്ന, കുടികൂടൽ സമയത്ത് ആരോ കൊടുത്ത ചിത്രമായിരുന്നു അത്.

നിതിൻ അത് നോക്കിയിരിക്കുന്ന രാവിലെയാണ് അമ്മ അവനോട് പറഞ്ഞത്. 'നിതിൻ, സ്കൂളിൽ പോകുന്നില്ലേ... ഇന്ന് വെള്ളിയാഴ്ചയാണ് നേരത്തെ പോകണം. എന്നിട്ട് നാളത്തെ പരിപാടിയുടെ ഉറപ്പ് ഉണ്ടാക്കിവരണം. എല്ലാവരും വരുന്നുണ്ടോ എന്ന് കൃത്യമായി പറയണം. വേഗം റെഡിയാവ്..'.

പെട്ടെന്ന് റെഡിയായി സ്കൂളിലേക്ക് നീങ്ങുമ്പോൾ അവൻ വീണ്ടുമൊരു നേതാവായി. ഒരു പരിപാടി ആസൂത്രണം ചെയ്ത്, അത് മറ്റുള്ളവരിലെത്തിച്ച്, അതിന് എല്ലാവരുടെയും സപ്പോർട്ട് ഒപ്പിച്ചെടുത്ത്, അതിന്റെ സമാപനം കുറിക്കുന്ന ദിവസമാണ് നാളെ. അതിന് കാരണക്കാരനാണ് താനെന്ന ഒരു വലിയ സന്തോഷം നിറഞ്ഞ മുഖവുമായി അവൻ സ്കൂൾവളപ്പിലെത്തി.

നിതിൻ എത്തിയപ്പോൾ നേരം ഒട്ടും വൈകിയിരുന്നില്ല. തന്നെക്കാത്ത് തന്നെ കുറേപ്പേർ പൂന്തോട്ടത്തിൽ തമ്പടിച്ചിരുന്നത് കണ്ടപ്പോൾ അവന് കൂടുതൽ സന്തോഷമായി.

പാലപ്പൂമണത്തിന് പുറമെ ഇലഞ്ഞിയും, കോളാമ്പിയും,ചെമ്പരത്തിയും നിറയെ പൂത്തുകിടക്കുന്നുണ്ട്. എല്ലാറ്റിനും മണമുണ്ട്. പക്ഷെ ചെമ്പരത്തിക്ക് സൗന്ദര്യം മാത്രമേയുള്ളൂ... നിഹാരയെപ്പോലെ... അവൻ ആരോടെന്നില്ലാതെ പറഞ്ഞു.

നിഹാരയെ അവന് ഒരുപാട് ഇഷ്ടമാണ്. രണ്ടുപേരുടേയും പേരിൽ ഒരു തുടക്കമുണ്ട്. അത് മനസ്സിലാക്കിയ ക്ലാസിലെ ചില വിരുതൻമാർ ഇടക്കിടെ അങ്ങനെ പറയാറുമുണ്ട്. പക്ഷേ ഇന്നുവരെ അവനങ്ങനെ തോന്നിയിരുന്നില്ല.

നിതിൻ പൂന്തോട്ടത്തിനരികിലെത്തിയ സമയത്തു തന്നെ, നേരത്തേ ക്ലാസിലെത്തിയ നിഹാരയും പുറത്തിറങ്ങി അവനരികിലേക്ക് നടന്നു. അവർ കണ്ണിൽ നോക്കി ഒരു മന്ദസ്മിതം പൊഴിച്ചു.

'ടാ..ടാ മതിയെടാ, വാ കാര്യം പറ"

ദേവാനന്ദ് തോട്ടത്തിലെ ചാഞ്ഞുകിടക്കുന്ന നെല്ലിമരത്തിന്റെ കൊമ്പിൽ പിടച്ചുകൊണ്ട് ഉച്ചത്തിൽ പറഞ്ഞു

രണ്ടുപേരും ചെറുതായി ചമ്മിയെങ്കിലും, ഒന്നും സംഭവിക്കാത്ത രീതിയിൽ പടയിലേക്കിറങ്ങി.

'പറ, എന്താ വിശേഷം...' നിതിൻ പറഞ്ഞു. '

അത് നാളെപ്പറയാം. ഇപ്പം അത്രമാത്രം അറിഞ്ഞാമതി.'

'ഇതെന്തായി' .. നിവേദ്യ ചോദിച്ചു.

'ഏത്...'

'അത് തന്നെ..' അവൾ നിഹാരയെ ചൂണ്ടിക്കൊണ്ട് പറഞ്ഞു.

'അത് നമ്മുടെ സുഹൃത്ത് നിഹാര. എന്റെ ക്ലാസ്സിലാണ്. നല്ല കുട്ടിയാണ്. എനിക്കിഷ്ടമാണ്. പിന്നെ... പിന്നെ...!' അവൻ ഒരു മോഹൻലാൽ ചിരി ചിരിച്ച് രംഗം ലളിതമാക്കി. എല്ലാവരും ചിരിച്ചുവെങ്കിലും നിഹാര ഗൗരവത്തിൽ പറഞ്ഞു.

'പിന്നെ ഒരു കാര്യം, സമ്മാനവും ഗ്രൂപ്പും ഒക്കെ ശരി തന്നെ, വേണ്ടാതീനം പറഞ്ഞാൽ ഞാൻ പറഞ്ഞുകൊടുക്കും..' അവൾ ചൂടായി.

'ഏയ് നിഹാര... എന്താ...' ഭഗത്ത് പ്രേംനസീറിനെ അനുകരിച്ചുകൊണ്ട് പറഞ്ഞു, 'കൊച്ചുകുട്ടി, പോ.. പോയി ക്ലാസ്സിലിരിക്ക്.'..

എല്ലാരും നിഹാരയോടൊപ്പം ചിരിച്ചുകൊണ്ടിരുന്നപ്പോൾ ആദ്യത്തെ ബെല്ലടിച്ചു. എല്ലാവരും ക്ലാസ്സിലേക്ക് ഓടിപ്പോകുമ്പോൾ നിഹാര നിതിനെ ഒന്നുനോക്കി ഒരു ചിരി പാസ്സാക്കി. നിതിന് അന്നുവരെ കിട്ടിയതിൽവെച്ചേറ്റവും വലിയ സമ്മാനമായിരുന്നു അത്. അവൻ ഇത്രയുംകാലം സന്തോഷിച്ചതിലും വലുതായിരുന്നു ആ സമയം. നിഹാരയ്ക്കും അതുതന്നെയായിരുന്നു മനംനിറയെ. ആൾക്കാരുടെ മുന്നിൽ വെച്ച് അങ്ങനെയൊക്കെ പറഞ്ഞുവെങ്കിലും, അവൾക്ക് അവനെ വല്ലാത്ത ഇഷ്ടമാണ്.

അവന്റെ പെരുമാറ്റം, ആ വിനയം.... ആ ഒതുക്കം കാണാനും നല്ലത്... ഇതൊക്കെ അവൾ ഇടക്കിടെ മനസ്സിൽ പറയാറുണ്ടായിരുന്നു. ഇപ്പോൾ പോരാത്തതിന് പുതിയ ഒരു പരിപാടി. അത് ആവിഷ്കരിച്ചത് അവൻ തന്നെ.

നാളെ അവന്റെ വീട്ടിലേക്ക് പോകുന്നു. കുറേനേരം ഒന്നിച്ചിരിക്കാൻ

അവസരം കിട്ടുന്നു.... അവൾ ആഹ്ലാദത്തിലാണ് ക്ലാസ്സ് കയറിയത്.

എല്ലാവരും ക്ലാസ്സിലെത്തി. ക്ലാസ്സ് തുടങ്ങി. പത്തംഗത്തിന് ഒരു മിണ്ടാട്ടവുമില്ല. അനുസരണയുള്ള കുട്ടികൾ. ക്ലാസ്സിൽ ഇത്ര ഡീസന്റായി അവർ ഇരുന്നിട്ടേയില്ല. അതുകൊണ്ടായിരിക്കാം വിജയൻമാഷ് ചോദിച്ചു.

'എന്താ മൗനവ്രതമാണോ..... ആരും ഒന്നും മിണ്ടുന്നില്ല'.

നിഹാര എഴുന്നേറ്റുനിന്നു പറഞ്ഞു.

'സർ, നമുക്ക് മലയാളത്തിന്റെ യശസ്സ് ഉയർത്തുന്നതിനുവേണ്ടി ഒരു മലയാളകവിതാ രചനാ മത്സരം നടത്തിയാലോ..... എന്നാണ് ഞങ്ങൾ ആലോചിക്കുന്നത്.'

'ങ്ഹാ കൊള്ളാലോ.... നന്നായിട്ടുണ്ട് നമ്മുടെ ക്ലാസ്സിൽതന്നെയുണ്ടല്ലോ നല്ല കവികൾ. നമുക്ക് നടത്തിക്കളയാം. അടുത്തയാഴ്ച ഇതേ ക്ലാസ്സിൽ എന്താ...?'

എല്ലാ കുട്ടികളും സന്തോഷത്തോടെ സമ്മതിച്ചു.

അത് ബുദ്ധിമുട്ടിലാക്കിയത് മുബീനയെയും നദയെയുമാണ്. അവരാണ് സ്ഥിരമായി കവിതാരചനാ മത്സരത്തിൽ പങ്കെടുക്കുകയും വിജയിക്കുകയും ചെയ്യുന്നത്. ഇത്തവണ ക്ലാസ്സിലെ എല്ലാ കുട്ടികളും പങ്കെടുക്കും. അപ്പോൾ എന്താകും എന്ന ചിന്ത അവരെ അലട്ടാതിരുന്നില്ല.

അടുത്ത വെള്ളിയാഴ്ച രണ്ടും മൂന്നും പിരീയഡുകൾ കവിതാരചനാ മത്സരത്തിന് നീക്കിവെക്കാൻ വിജയൻമാഷ്, ക്ലാസ്സ്ടീച്ചറുമായി ആലോചിച്ച് തീരുമാനിച്ചു.

'വിഷയം കൊടുക്കണോ വിജയൻമാഷേ....?' ക്ലാസ്സ്ടീച്ചർ ചോദിച്ചു.

'ഏയ്, വിഷയമൊന്നും കൊടുക്കണ്ട. അവർക്കിഷ്ടമുള്ള വിഷയത്തിലാകട്ടെ രചന. അവർ എന്തെഴുതിയാലും അത് നല്ലകവിതയാകും. പിന്നെ ഒരു കാര്യം ഇതിന് ഗ്രേഡ് ഒന്നും വേണ്ട. എല്ലാം കവിതകൾ. അത് നമുക്ക് ഒരു പുസ്തകമാക്കി മാറ്റണം'.

ആപറഞ്ഞത് ക്ലാസ്സ്ടീച്ചർക്ക് നന്നായി ഇഷ്ടപ്പെട്ടു. തന്റെ ക്ലാസ്സിൽനിന്ന് കുട്ടികളുടെ ഒരു കവിതാപുസ്തകം.

'പക്ഷേ മാഷേ അതിന് ചെലവുവരില്ലേ.?'

'പിന്നെ, ചെലവില്ലാതെ പുസ്തകമാവുമോ.. അതിന് ടീച്ചർ പേടിക്കണ്ട. ക്ലാസ്സിലെ നാൽപതു കുട്ടികളുടെ രക്ഷിതാക്കൾ വിചാരിച്ചാൽ അതുനടക്കും. ആർക്കാ എതിർപ്പുണ്ടാവുക. എല്ലാവരും ഇക്കാര്യത്തിൽ സഹകരിക്കും അത്.... അക്കാര്യം ഞാനേറ്റു.'

മലയാളം മാഷുടെ ഉറപ്പിൽ ക്ലാസ്സടീച്ചർ വീണ്ടും സന്തോഷിക്കുകയും അതിന്റെ വിദൂര ഗുണഫലങ്ങളെക്കുറിച്ച് ആലോചിച്ച് സന്തോഷിക്കുകയും ചെയ്തു.

അന്നു വൈകുന്നേരം ക്ലാസ്സ്ടീച്ചർ വീട്ടിൽചെന്ന് ഇക്കാര്യം ഭർത്താവിനോടും മക്കളോടും പറഞ്ഞപ്പോൾ അവർ പറഞ്ഞത്കേട്ട് അത്ഭുതപരതന്ത്രയായിയെന്ന് മാത്രമല്ല, ഒരുപാട് സന്തോഷിക്കുകയും ചെയ്തു. അവർ പറഞ്ഞത്,

'അമ്മ എന്തിനാണിങ്ങനെ വേവലാതിപ്പെടുന്നത്. എവിടെയും ഇങ്ങനെ നടക്കാത്തത്, അവിടെയൊക്കെ പുതുമകൾ ആഗ്രഹിക്കുന്ന അദ്ധ്യാപകരില്ലാത്തതിനാലാണ്. അത്തരം അദ്ധ്യാപകരുണ്ടെങ്കിലേ കുട്ടികൾ ഉയർന്നുവരൂ. അതിന് നിങ്ങളുടെ സ്കൂളിലെ വിജയൻമാഷ് വളരെ നല്ല പ്രവർത്തനമാണ് നടത്തുന്നത്. അതിൽ പങ്കുചേരുന്നതിലൂടെ നിങ്ങളുടെ യശസ്സ് ഒരുപാട് ഉയരും. കുട്ടികളുടെ പുരോഗതിക്കുവേണ്ടി ഒരുപാട് കാര്യങ്ങൾ ചെയ്തെന്ന് ജനം വിലയിരുത്തും'.

ഇതൊക്കെ കേട്ടപ്പോൾ ക്ലാസ്സ്ടീച്ചർക്ക് വല്ലായ്മ തോന്നി. താൻ ഇത്തരം കാര്യങ്ങളിൽ ഇതുവരെ ഒന്നും ചെയ്തില്ലല്ലോയെന്ന വിചാരം... വിഷയം മലയാളമല്ലെങ്കിലും. ക്ലാസ്സ്ടീച്ചർ എന്ന നിലയിൽ കൂടുതലായി വല്ലതും ചെയ്യേണ്ടതാണ്. അതിനു മെനക്കെട്ടില്ല. പക്ഷേ ഇപ്പോ അതെല്ലാം വിജയൻമാഷ് നികത്തിയിരിക്കുന്നു. അവർ വിജയൻമാഷെ മനസ്സിൽ സല്യൂട്ട് ചെയ്തു. അന്നു വൈകുന്നേരം തന്നെ പത്തംഗസംഘം ക്ലാസ്സ്റൂമിന് പുറത്ത് ചെറിയൊരു ഒത്തുകൂടൽ നടത്തി. അവർ പറഞ്ഞു നമ്മളെല്ലാവരും കവിതകളെഴുതണം. മലയാളം പതിപ്പ് അടുത്താഴ്ച ഇറക്കണം , അത് ഒരു പുസ്തകമാകുമ്പോൾ നമ്മുടെ കൈയ്യൊപ്പ് അതിലുണ്ടാകണം... എല്ലാ അംഗങ്ങളും അത് മനസ്സിലേറ്റി. വീട്ടിലെത്തിയ ഉടനെ എല്ലാവരും മത്സരബുദ്ധിയോടെ കവിതകളെഴുതി.

അതിശയമായിരിക്കുന്നു. പിറ്റേന്ന് ക്ലാസ്സിലെത്തി കവിതകൾ ക്ലാസ്സടീച്ചറെ ഏൽപിച്ചപ്പോൾ അവർ പറഞ്ഞു. ഒരു കുട്ടി ഒഴിയാതെ എല്ലാവരും എഴുതിയിരിക്കുന്നു. നാൽപതു കവിതകൾ. അറുപതു പേജുകളുള്ള പുസ്തകം.... വിജയൻമാഷ് കണക്കുകൂട്ടിപ്പറഞ്ഞു.

ഇതിന് അധികം ചെലവൊന്നും വരില്ല. ഇതിന് ഒരു കവർചിത്രം വേണം അത് ഭഗത് വരക്കണം. ഒരു ആമുഖം.... അത് ഞാനെഴുതാം..... ഒരു പിൻകുറിപ്പ് അതും ശരിയാക്കാം. പിന്നെ വേണ്ടത് കുറച്ചു കാശാണ്. അത് പുസ്തകമിറക്കി വിറ്റാൽ തിരികെ കിട്ടുന്നതാണ്. അത് ഞാൻ

മുടക്കും.

എല്ലാവരും മാഷെ കൈയ്യെടുത്ത് തൊഴുതു. കുട്ടികൾക്ക് പലതും പറയാനുണ്ടായിരുന്നുവെങ്കിലും, ക്ലാസ്സ്ടീച്ചർക്കും മറ്റദ്ധ്യാപകർക്കും വാക്കുകളുണ്ടായിരുന്നില്ല.

ഒരാഴ്ചകൊണ്ട് ഒരു പുസ്തകം ജനിക്കുന്നു. അതും ഏഴ് ബി യിലെ കുട്ടികളുടെ കവിതാപുസ്തകം...

വിജയൻമാഷ് കുട്ടികളോടായി പറഞ്ഞു.

നിങ്ങൾക്ക് ഇതിനപ്പുറവും ചെയ്യാൻ പറ്റും. ഞാനെന്തായാലും നിങ്ങളുടെ കൂടെയുണ്ടാവും. ധൈര്യമായി മുന്നോട്ടുപോണം.

എല്ലാവരും മനസ്സ് കൊണ്ട് നന്ദി പറഞ്ഞു.

പക്ഷേ അതിനുമുമ്പ് പത്തംഗത്തിന്റെ യോഗം നിതിന്റെ വീട്ടിൽ ചേരുന്നുണ്ട്. അതിൽ തങ്ങളുടെ പ്രധാന കാര്യത്തിനെക്കുറിച്ച് ഒരു തീരുമാനമെടുക്കണം....

# ശില്പഭംഗി

അലക്കുകല്ലിനു മുകളിലും, ചീരത്തടത്തിലും, കോവത്തടത്തിലും കുറേ മഞ്ഞപ്ലാവിലകൾ വീണുകിടപ്പുണ്ട്. അത് കാണുമ്പോൾ, മഞ്ഞ പശ്ചാത്തലത്തിൽ വരച്ച ചിത്രങ്ങൾ പോലെ തോന്നും. അലക്കുകല്ലും തൊട്ടടുത്ത പ്ലാവും ഒരേ ദിവസം വെച്ചതാണ്. കല്ല് കെട്ടി അതിനുമുകളിൽ കോൺക്രീറ്റ് സ്ലാബ് കയറ്റിവെക്കാൻ വേറെ പണിക്കാരുണ്ടായിരുന്നു. പ്ലാവ് വെച്ചത് നിതിന്റെ അച്ഛൻ മാത്രം. അത് വളർന്ന് പന്തലിച്ച് അടുക്കളമുറ്റം നിറയെ തണൽ വിരിച്ച് നിൽക്കാൻ തുടങ്ങിയിട്ട് കുറേ വർഷമായി. ഇത്തവണയാണ് പ്ലാവുകൾ കായ്ചത്. അധികം ചക്കകളുണ്ടായില്ലെങ്കിലും ഉള്ളതെല്ലാം ചെറുപ്രായത്തിൽ തന്നെ പറിച്ച് കറി വെച്ചു. നിതിന്റെ വീട്ടിൽ എല്ലാവർക്കും ചക്കക്കുഞ്ഞി കൊണ്ടുണ്ടാക്കുന്ന തോരൻ നല്ല ഇഷ്ടമാണ്. എല്ലാവരും ഒന്നിച്ചിരുന്ന് ഭക്ഷണം കഴിക്കുമ്പോൾ നിതിന്റെ അച്ഛൻ പറയും.

സ്വന്തമായി അധ്വാനിച്ചതിന്റെ ഫലം അനുഭവിക്കുന്നത് ഒരു നല്ല സുഖമാണ്. കടയിൽനിന്ന് വാങ്ങിയതോ, മറ്റുള്ളവർ തന്നതോ ആയ ഭക്ഷ്യവസ്തുക്കൾക്ക് ഇത്ര രുചി കാണില്ല.

അതു ശരിയാണ്. എല്ലാവരും സമ്മതിക്കും. സമ്മതിക്കാതെ അയാൾ വിടില്ല. പല ഉദാഹരണങ്ങൾ ചൂണ്ടി അയാൾ ആ കാര്യം സമർത്ഥിക്കും. അതിന് പ്രത്യേക സ്വാദുണ്ട്.

സംഘാംഗങ്ങൾ ഒൻപതു പേരും ഒൻപതരക്കുതന്നെ നിതിന്റെ വീട്ടിലെത്തി കലപില കൂട്ടിത്തുടങ്ങി. അവരെ കാണുന്നതും അവരുടെ വർത്തമാനം കേൾക്കുന്നതും നിതിന്റെ മാതാപിതാക്കൾക്ക് വളരെയിഷ്ടമാണ്. അതു നോക്കിനിന്നുകൊണ്ട് നിതിന്റെ അമ്മ പറഞ്ഞു.

'മക്കളേ... എല്ലാവരും ചായ കുടിച്ചിട്ടാണോ വന്നത്.'

'അതെ അമ്മേ...' നിഹാരയാണ് ആദ്യം പറഞ്ഞത്. അവൾക്ക് നിതിനെ കൂടാതെ അവന്റെ മാതാപിതാക്കളെയും ഇഷ്ടമാണ്. സ്നേഹം കൊടുക്കുന്ന മാതാപിതാക്കളുടെ മക്കൾക്കേ സ്നേഹിക്കാനാവൂ എന്ന് അവളുടെ വീട്ടിൽനിന്ന് പഠിച്ചതാണ്.

'നമുക്കിന്ന് ഇവിടെയിരുന്നാലോ...' മുറ്റത്തെ പ്ലാവിൻ ചുവട്ടിലെ

തണുപ്പുള്ള ഭാഗം ചൂണ്ടിക്കൊണ്ട് നിതിൻ പറഞ്ഞു.

'ഏയ്, കൂട്ടുകാരെയെല്ലാം കൂട്ടിവന്നിട്ട് മിറ്റത്തിരുത്താനോ.. വീട്ടി നകത്ത് സ്ഥലമില്ലേ.' അമ്മ പറഞ്ഞു.

'അതല്ല, ഇതാകുമ്പോ നാച്ചുറൽ ആയി. അതാ നല്ലത്.' മറ്റുള്ളവർ പറഞ്ഞു.

'എന്നാ ഇരിക്ക്. നമുക്ക് തുടങ്ങാം'. നിതിൻ പറഞ്ഞു.

നിവേദ്യയും മുബീനയും നിഹാരയും ഒന്നിച്ചിരുന്നു. എന്നിട്ട് ആൺകുട്ടികളെ നോക്കി പറഞ്ഞു.

'ഇനിയിപ്പോ നിങ്ങളെ പ്രത്യേകം ക്ഷണിക്കണോ.... ഇരിക്ക്ടോ വേഗം.'അത് ഒരു ഓർഡറായി തോന്നുകയും അടുത്ത നിമിഷം തന്നെ പുരുഷ സഹോദരങ്ങൾ കിട്ടിയ ഇടം നോക്കിയിരിക്കുകയും ചെയ്തു. ഒട്ടും സമയം കളയാതെ വീട്ടുകാരൻ സംഘാംഗം , നിതിൻ സ്വാഗതം പറഞ്ഞു.

'എന്റെ വീട്ടിൽ ആദ്യമായി എത്തിച്ചേർന്ന എന്റെ ക്ലാസ്സിലെ സമ്മാ നക്കൂട്ടത്തിന് സ്നേഹസ്വാഗതം.'

നിവേദ്യയും നിഹാരയും മുഖത്തോട് മുഖം നോക്കി ആശ്ചര്യപ്പെ ട്ടു. ടാ ഭയങ്കരാ... നിനക്കിങ്ങനെയൊക്കെ പറയാൻ പറ്റും അല്ലേ. എന്നിട്ടാ ക്ലാസ്സിൽ മിണ്ടാപ്പൂച്ചയെപ്പോലെയിരിക്കുന്നത്. എന്തോ ആലോചിക്കുന്നുണ്ടല്ലോ. നിഹാരയെ നോക്കി നിതിൻ പറഞ്ഞു. അതി നുത്തരമായി നിവേദ്യ പറഞ്ഞു.

'അതുമിതും പറയാതെ വേഗം നിഹാരയെ നോക്ക്.... ഛെ.. സ്വാഗതം പറ.'

എല്ലാവരും അതുകേട്ട് ചിരിച്ചപ്പോൾ നിതിൻ ഒന്നു ചെറുതായി. തന്റെ ഇംഗിതം മനസ്സിലാക്കിയതിലുള്ള ഒരു ഇത്.

നിഹാരക്ക് ആ അഭിപ്രായം ഇഷ്ടപ്പെട്ടു. അവൾ മനസ്സിലൊന്നു ചിരിച്ചു.

അമരച്ചെടി പോലുള്ള ഒരു പൂച്ചെടി വളർന്നു നിൽക്കുന്നുണ്ട് മുറ്റ ത്ത്. അതിന് നല്ല നിറമുള്ള പൂക്കൾ. പക്ഷേ ഇപ്പോ അതെല്ലാം ഉണ ങ്ങിയിരിക്കുകയാണ്. ഉണങ്ങിയ വിത്ത് വെയിൽ കൊണ്ട് പൊട്ടിത്തെ റിക്കുന്ന ഒച്ച ഇടക്കിടെ കേൾക്കാം. ഒരുപാട് വിത്തുകൾ തടത്തിൽ തൂവിക്കൊണ്ട് അതിന്റെ പ്രവർത്തനം തുടരുന്ന സമയത്ത് നിതിൻ പറയാൻ തുടങ്ങി.

'നമ്മൾ ആദ്യയോഗം ചേർന്ന് തീരുമാനിച്ച കാര്യം ഓർമ്മിപ്പിക്കേ ണ്ടതില്ല. ഇനി നമ്മൾ തീരുമാനിക്കേണ്ടത്, എന്ത് സമ്മാനമാണ് ലതിക

ടീച്ചർക്ക് നൽകുക എന്നതാണ്. ഒരു മുന്തിയ സമ്മാനം. എന്നാൽ അതിൽ മറ്റാരുടെയും വിയർപ്പ് പാടില്ല. നമ്മൾ മാത്രം ഉണ്ടാക്കിയെടുക്കുന്ന ഒരു സാധനം. അതിന്റെ വില എന്തായാലും നമ്മൾ തന്നെ കൊടുക്കണം. അതും രക്ഷിതാക്കളെ ബുദ്ധിമുട്ടിക്കാതെ. ഒരുപക്ഷേ ഈ ആവശ്യം പറഞ്ഞാൽ നമ്മുടെ രക്ഷിതാക്കൾ അതിനുവേണ്ടുന്ന കാശ് മുടക്കും. പക്ഷേ നമ്മൾ അവരുടെ കയ്യിൽനിന്ന് ഈ ആവശ്യത്തിനുവേണ്ടി ഒന്നും വാങ്ങില്ല. അതാണ് നമ്മുടെ തീരുമാനം. എന്താ ശെരിയല്ലേ..? ഒരിക്കൽക്കൂടി എല്ലാവരെയും സ്വാഗതം ചെയ്തുകൊണ്ട് അദ്ധ്യക്ഷനായി ദേവാനന്ദിനെ ക്ഷണിച്ചുകൊണ്ട് നിർത്തുന്നു.' കരഘോഷം നടത്തി മറ്റുള്ളവർ നിതിന് സപ്പോർട്ടു കൊടുത്തു. ദേവാനന്ദ് എഴുന്നേറ്റുനിന്ന് വിനയത്തോടെ കൈ കൂപ്പി. അവൻ ചുറ്റും ഒന്നു കണ്ണോടിച്ചു.

ഒരു മഞ്ഞ പ്ലാവില അവന്റെ തലയിൽ വീണു. അതിന്റെ തുടർച്ചയായി ഒരു നേരിയ പ്ലാവിൻ ചില്ലയും. അതിനെ തട്ടിക്കളഞ്ഞ് അവൻ പറയാൻ തുടങ്ങി.

'നമസ്കാരം, എന്നെ അദ്ധ്യക്ഷനാക്കുമെന്ന് ഞാൻ വിചാരിച്ചില്ല. എന്നാലും ഒരദ്ധ്യക്ഷനായതിൽ ഒരുപാട് സന്തോഷം. എന്റെ സുഹൃത്ത് നിതിൻ പറഞ്ഞത്പോലെ..... എന്ത് സമ്മാനം, അത് എങ്ങനെ ഉണ്ടാക്കണം എന്നീ കാര്യങ്ങൾ ഇന്ന് ഈ യോഗത്തിൽ വെച്ച് തീരുമാനിക്കണം. അതിന് എല്ലാവരും ചർച്ചയിൽ പങ്കെടുക്കണം. ആദ്യമായി ഭഗത്തിനെ ക്ഷണിക്കുന്നു.'

കൂക്കാനം സുരേന്ദ്രന്റെ വീട്ടിൽ കണ്ടതും മനസ്സിലാഗ്രഹിച്ചതുമായ ഒരു ശില്പം മനസ്സിൽ വന്ന നേരമായിരുന്നു അത്. ഭഗത്ത് എഴുന്നേറ്റുനിന്നു പറഞ്ഞു.

'എനിക്ക് കുറേ സംസാരിക്കാനൊന്നുമില്ല. ഒരു സമ്മാനം സ്വയമുണ്ടാക്കുക. അതാണ് പ്രശ്നം. അതിന്റെ ചെലവും സ്വയമുണ്ടാക്കുക. അത് അതിലേറെ പ്രശ്നം. എന്തെങ്കിലും പണി ചെയ്താലേ പണം കിട്ടൂ. നമ്മളിപ്പോ എന്ത് പണിക്ക് പോകും. എപ്പോൾ ? അതുകൊണ്ട് എനിക്ക് തോന്നുന്നു, നമുക്ക് ലതിക ടീച്ചറുടെ ഒരു ചിത്രം വരച്ച് സമ്മാനിച്ചാലോ എന്ന്.'

ഇനി നിങ്ങളുടെ അഭിപ്രായം പറ എന്ന് പറഞ്ഞുകൊണ്ട് അവനിരുന്നു. സുഹൃത്തുക്കൾക്ക് അത് നന്നേ ബോധിച്ചു. അത് ശരിയാണല്ലോ. ടീച്ചറുടെ ചിത്രം മനോഹരമായി വരഞ്ഞ് നൽകുന്നതിനേക്കാൾ എന്താ വേണ്ടത്. ഭഗത്തിനാണെങ്കിൽ നന്നായി വരക്കാനും പറ്റും.

'അപ്പോൾ അതങ്ങ് ഉറപ്പിക്കാം. ഭഗത്തിനെ അത് ഏൽപിക്കുകയും ചെയ്യാം'. നമീഷ് പറഞ്ഞു.

നൗഫലിന്റെ അഭിപ്രായം ഒന്നുകൂടി വലുതായിരുന്നു. നൗഫൽ പറഞ്ഞു.

'എന്റെ അഭിപ്രായത്തിൽ ചിത്രം നല്ലതാണ്. പക്ഷേ അത് ഒരു ശില്പമായാൽ അതിലും കേമമാകും. അതും നമുക്കു പറ്റുമല്ലോ.ഭഗത്ത് നല്ലൊരു ശില്പിയല്ലേ'. ഒരു ചിരിയോടെ അവൻ ഇരുന്നപ്പോൾ മറ്റുള്ളവർ അതിനെക്കുറിച്ച് ആലോചിക്കുകയായിരുന്നു.

'ലതിക ടീച്ചറുടെ മരത്തിൽ കൊത്തിയ ശില്പം കാണാൻ നല്ല ഭംഗിയുണ്ടാകും. എത്രയും കാലം അത് അവരുടെ വീട്ടിൽ കിടക്കും. ടീച്ചർ മരിച്ചതിന് ശേഷവും, ഏഴ് ബി യിലെ കുട്ടികളുടെ സമ്മാനം ജനത്തിന് കാണാൻ പാകത്തിൽ ഷെൽഫിലുണ്ടാകും. ചിത്രമായാൽ അത്രകാലം നിലനിൽക്കില്ല.'

നിതിൻ ഇടപെട്ട് പറഞ്ഞു.

'വളരെ നല്ല അഭിപ്രായം. ഭഗത്ത് എന്തുപറയുന്നു..?'

'ഞാനല്ലല്ലോ പറയേണ്ടത്. ബാക്കിയുള്ളവർ പറയട്ടെ'

ദേവാനന്ദ് - 'എനിക്ക് അതേ അഭിപ്രായമാണ്. ശില്പം അത് വളരെ ഗംഭീരമാകും. ടീച്ചർ പോലും അന്തംവിട്ടുപോകും.'

എബിന്റെ അഭിപ്രായം ഉടനെ വന്നു. 'അതിന് ഒരുപാട് ചെലവാകും. ഈയ്യിടെ എന്റെ വീടിന്റെ അടുത്തുള്ള ഒരു വായനശാല ഒരാളെ ആദരിച്ചപ്പോൾ ഇത്തരത്തിലുള്ള ഒരു ശില്പമാണ് കൊടുത്തത്. കാണാൻ മനോഹരം തന്നെ. ഈടുനിൽക്കുകയും ചെയ്യും. പക്ഷേ അതിന്റെ ചെലവ് എത്രയാന്നാ. എട്ടായിരം രൂപയായി പോലും. .... അത് നമ്മൾ എവിടുന്നുണ്ടാക്കും. ആരോടും വാങ്ങരുത് എന്നല്ലേ നമ്മുടെ തീരുമാനം.'

നിവേദ്യ ഇടയ്ക്ക്കയറി പറഞ്ഞു. 'നമുക്ക് ചകിരിക്കമ്പനിയിൽ പണിക്ക് പോകാം. പത്താൾ ഒരു ദിവസം പണിയെടുത്താൽ കുറച്ച് പണം തരില്ലേ. അങ്ങിനെ മൂന്നാലാഴ്ച ഓരോ ദിവസം പോയാല് നമുക്ക് വേണ്ട കാശ് കിട്ടും. വീട്ടിൽ പറയാതിരുന്നാൽ മതി.'

'ഓഹോ, എന്റെ വീട്ടിൽ മണത്തറിയും. പിന്നെ കൊലപാതകമായിരിക്കും.' നദ പറഞ്ഞു. 'പിന്നെ എന്റെ അമ്മ, നമ്മുടെ ഓരോ ചലനങ്ങൾ വരെ സൂക്ഷ്മമായി നോക്കുന്നുണ്ട്. എവിടെയാണ്... എന്താണ്... എത്രമണിക്കാണ്... തുടങ്ങി കാര്യങ്ങൾ അമ്മ ശ്രദ്ധിക്കുന്നത് കേൾക്കുമ്പോൾ തന്നെ പേടിയാവുന്നു.'

'എനിക്കും അതിനോട് യോജിപ്പില്ല.' മുബീന പെട്ടെന്ന് ഒഴിഞ്ഞു നിന്നു.

'അതിന് ചകിരിക്കമ്പനിയിൽ പോയി പണിയെടുക്കണമെന്നോ, കാശുണ്ടാക്കണമെന്നോ ആരും ഇവിടെ പറഞ്ഞില്ലല്ലോ.' നിതിൻ കാര്യം വ്യക്തമാക്കി. നമിഷിന് മറ്റൊരു ചിന്തയായിരുന്നു. അവൻ പറഞ്ഞു. 'നമുക്ക് ശില്പി കൂക്കാനത്തോട് പറഞ്ഞ് ഒന്ന് ഫ്രീയായി ഉണ്ടാക്കിത്തരാൻ പറഞ്ഞാൽ മതിയല്ലോ. അദ്ദേഹം തരുമെന്നാണ് എന്റെ വിശ്വാസം. അങ്ങനെയാണെങ്കിൽ മറ്റ് പ്രശ്നങ്ങളൊന്നുമില്ലല്ലോ.'

നൗഫലും എബിനും അതിനെഎതിർത്തു. 'അതെങ്ങനെ ശെരിയാകും.അയാൾ ഉണ്ടാക്കിയാൽ അത് അയാളുടെ സമ്മാനമല്ലേ ആകുന്നത്; അത് വേണ്ട. എന്തായാലും വേണ്ട.'

ദേവാനന്ദ് എഴുന്നേറ്റ് മറ്റൊരു നിർദ്ദേശം വെച്ചു.

'നമുക്ക് എല്ലാവർക്കും അവരവരുടെ കയ്യിലുള്ള പോക്കറ്റ് മണി സ്വരൂപിച്ച് അത് അയാൾക്ക് കൊടുത്ത് ബാക്കി അദ്ദേഹത്തിന്റെ സംഭാവനയാക്കാം. അതാകുമ്പോൾ വെറുതെയല്ലല്ലോ..... നമ്മൾതന്നെ വാങ്ങുന്നതല്ലേ.. അത് എല്ലാവർക്കും ഇഷ്ടമാവുകയും ചെയ്യും.'

എല്ലാ അംഗങ്ങളും അതിനെ ശരിവെയ്ക്കുമെന്നാണ് ദേവാനന്ദ് വിചാരിച്ചത്. അവൻ ഓരോരാളെ നോക്കി. എവിടെയും ഒരു തെളിച്ചം കണ്ടില്ല. അവൻ പറഞ്ഞു. 'ആർക്കും ഇഷ്ടായില്ലെങ്കിൽ വിട്ടേക്ക്, എനിക്ക് തോന്നിയ ഒരാശയം പറഞ്ഞുവെന്നേയുള്ളൂ.'

'നമുക്കൊരു പൂ മാത്രം കൊടുത്ത് ഒരു ഗ്രീറ്റിംഗ് കാർഡിൽ ഒരു നല്ല വാചകം എഴുതി അതും കൊടുക്കാം. ചിലവൊന്നുമില്ല. ഭംഗിയാകുകയും ചെയ്യും. എന്താ...?' നിവേദ്യ ഒരിക്കൽ കൂടി ഇടപെട്ടു.

ഭഗത്ത്, പല ചിന്തകളിലൂടെ മനസ്സിനെ ഒതുക്കി നിർത്തി. ഒരു പ്രഖ്യാപനം നടത്തി.

'അതൊന്നും വേണ്ട. നേരത്തേ നമ്മുടെ സുഹൃത്ത് പറഞ്ഞതു പോലെ ഒരു ശില്പം തന്നെയാണ് നല്ലത്. അതിന് ചിലവുവരും പക്ഷേ ആരും ബുദ്ധിമുട്ടണ്ട. അത് ഞാൻ ചെയ്തോളാം അതിന് ഒരു കഷണം പലക അത് നിങ്ങളുടെ ആരുടേയെങ്കിലും വീട്ടിലുണ്ടാകും അത് തരണം. പിന്നെ വേണ്ടത് കൊത്താനുള്ള ഉളിയും മറ്റ് ആയുധങ്ങളുമാണ്. അത് എന്റെ കയ്യിലുണ്ട്. പിന്നെ വരുന്നത് ലേശം വാർണീഷ്, കുറച്ച് പെയിന്റ്. അങ്ങനെ ചില്ലറ സാധനങ്ങൾ. അതൊക്കെ എന്റെ കയ്യിലുണ്ട്. നിങ്ങളുടെ സപ്പോർട്ടുണ്ടെങ്കിൽ ഒരു മാസം കൊണ്ട് നമുക്കിതുണ്ടാക്കാം.'

അതിന്റെ അടിയിൽ നമ്മളിങ്ങനെ എഴുതും.

'2020-21 വർഷത്തെ ഏഴ് ബിയിലെ പത്തംഗസംഘത്തിന്റെ ഉപഹാരം." എന്താ....?'

എല്ലാവരും ഒന്നിച്ച് കയ്യടിച്ച് ഭഗത്തിന്റെ അഭിപ്രായത്തെ സ്വീകരിച്ചു.

പിന്നെ ആർക്കും ഒന്നും പറയാനുണ്ടായിരുന്നില്ല. കുറേനേരം എല്ലാവരും മൗനികളായി. ആരും ഒന്നും മിണ്ടാതെയിരിക്കുന്നത് കണ്ടപ്പോഴാണ് നിതിന്റെ അച്ഛൻ വിളിച്ചത്.

'എന്തായി, കഴിഞ്ഞോ.. എന്നാ വാ നമുക്ക് ഭക്ഷണം കഴിക്കാം.' ഭക്ഷണത്തിന്റെ പേര് കേട്ടപ്പോൾ തന്നെ ചിലരുടെ വായിലേക്ക് വെള്ളം ഒലിച്ചിറങ്ങി. മറ്റുള്ളവർക്ക് ഒരു സന്തോഷവാർത്തയായി തോന്നി.

പിന്നെ ഒട്ടും അമാന്തിച്ചല്ല, എല്ലാവരും കൈകഴുകി ഡൈനിംഗ് ടേബിളിനടുത്ത് പ്രതിഷ്ഠയായി. നിതിൻ അടുക്കളയിൽ ചെന്ന് അമ്മയോട് പറഞ്ഞു.

'ഈ അച്ഛനെങ്ങനെ അറിയുന്നു ഈ സമയം .. നമ്മുടെ ചർച്ച തീർന്നതും അച്ഛൻ വിളിച്ചു. !' അവൻ ചോറിന്റെയും കറികളുടെയും പാത്രത്തിന്റെ മൂടി തുറന്നുകൊണ്ടാണ് അങ്ങനെ പറഞ്ഞത്. എല്ലാം നല്ല സ്വാദുള്ള വിഭവങ്ങളായിരുന്നു. കൂടാതെ മീൻ പൊരിച്ചതുമുണ്ട്.

ചോറുവിളമ്പുമ്പോൾ നിഹാര നിതിനെ നോക്കി, ഒരു മന്ദസ്മിതം ചൊരിഞ്ഞു. നിതിൻ തിരിച്ചും. മറ്റാരും അത് കണ്ടില്ല.

നിവേദ്യ നിതിനോട് ചോദിച്ചു. 'നിതിൻ ഇരിക്കുന്നില്ലേ.? വീട്ടുകാരനായി നിൽക്കുകയാണോ. അതോ നമ്മുടെ തീറ്റ കഴിഞ്ഞ് ബാക്കിയുണ്ടെങ്കിൽ കഴിക്കാമെന്ന് വിചാരിച്ചാണോ. ?'

'ഏയേ അല്ല. ഞാനിരിക്കുന്നു.' അന്നേരം നിതിന്റെ അമ്മ പറഞ്ഞു. മോനേ ഇതൊന്ന് അങ്ങോട്ട് എടുക്ക്. ഒരു കറിപ്പാത്രമെടുത്ത് അമ്മ അവനെ ഏല്പിച്ചു. അവൻ അത് എല്ലാവർക്കും വിളമ്പിയശേഷം അച്ഛൻ അവനോട് പറഞ്ഞു. 'നിന്റെ എലയിലും വിളമ്പിയില്ലേ.. ഇനി നീയും ഇരിക്ക് ഞാൻ സപ്ലൈ ചെയ്യാം.'

രണ്ടുപേരും നിർബന്ധിച്ചപ്പോൾ ഇതെന്തേ നേരത്തേ ആകാതിരുന്നത് എന്ന ചിന്തയോടെ അവൻ നിഹാരയുടെ അടുത്ത കസേരയിലിരുന്നു.

ഊണിന് നല്ല രസം. യോഗത്തിനും വളരെ സുഖം. ഒരു തീരുമാനത്തിലെത്തിയ സന്തോഷത്തോടെ എല്ലാവരും നന്നായി ഭക്ഷണം കഴിച്ചു.

എല്ലാവരും അവരവരുടെ വീടുകളിലേക്ക് നടന്നപ്പോൾ ഭഗത്ത് ചിന്തിച്ചത് ശില്പ നിർമ്മിതിയെക്കുറിച്ചായിരുന്നു.

നല്ല പ്ലാവിൽ കൊത്തണം. തന്റെ ആദ്യത്തെ ശില്പം.... അതായിരിക്കും ലതിക ടീച്ചറുടേത്. ഇതിനുമുൻപ് ഒരിക്കലും ഒറ്റയ്ക്കൊരു ശില്പം കൊത്തിയിട്ടില്ല. പഠിക്കാൻ പോയ നാൾ മുതൽ കൂക്കാനം സാർ പറയുന്നുണ്ടായിരുന്നു. 'ടാ.. നിനക്ക് ചെയ്യാൻ പറ്റും. ഒന്നു വേറേ തന്നേ നോക്ക്.'

അദ്ദേഹം കൊത്തിവെച്ച ശില്പങ്ങളിൽ ചെറിയ ഉളികൾകൊണ്ട് ആഴം കൂട്ടുകയും അദ്ദേഹം പറയുന്നതിനനുസരിച്ച് വിസ്താരം വരുത്തുകയും മാത്രമാണ് ചെയ്തിരുന്നത്. മടക്കുളിയും തോടയുളിയും വീതുളിയും വച്ച് ചീകിയും കൊത്തിയും ശില്പം നിർമ്മിക്കണമെങ്കിൽ ആദ്യം മനസ്സിൽ ശില്പം വരണം. അതിനു ശേഷം മരത്തിലേക്കത് പകർത്തണം. അതിന് ഒരു രൂപം ആദ്യം വരക്കണം. മരത്തിൽ വരക്കുന്നതിനു മുൻപ് മനസ്സിൽ വരക്കണം.

ഭഗത്ത് തീരുമാനിച്ചു. എല്ലാവരും സ്കൂളിൽ പോയി. വീട്ടുകാരോട് അവൻ അതിന്റെ കാര്യം പറഞ്ഞു.

'അമ്മേ ഞാനൊരു ശില്പം കൊത്തുന്നു. അതുകൊണ്ട് ഇന്ന് ഞാൻ സ്കൂളിൽ പോകുന്നില്ല, പ്ലീസ്....'

'മോനേ ക്ലാസ് ഒഴിവാക്കിയാണോ ഇതെല്ലാം ചെയ്യേണ്ടത്..?'

'ഇന്ന് നല്ലൊരു മൂഡ് വന്നു അമ്മേ, ഇന്ന് അത് തുടങ്ങിയില്ലെങ്കിൽ പിന്നെ ബുദ്ധിമുട്ടാണ്.'

'ശരി, നിനക്കല്ലേ അറിയൂ നീ കൊത്ത്. ...' അമ്മ അർദ്ധമനസ്സോടെ സമ്മതം മൂളി.

'അച്ഛനോട് അമ്മ പറയണം.'

അത് കേട്ടുകൊണ്ടാണ് അച്ഛൻ റൂമിൽനിന്നിറങ്ങിയത്. 'എന്താടാ, സ്കൂളിൽ പോകുന്നില്ലേ.?'

'അച്ഛാ ഞാൻ തീരുമാനിച്ചു. ഞാൻ ടീച്ചറുടെ ശില്പം കൊത്തും. എന്റെ ആദ്യ സംരംഭം. ഇന്ന് ഞാൻ പോകുന്നില്ലച്ഛാ.'

'ടാ... അതിന് ക്ലാസ് ഒഴിവാക്കണോ...?'

'ഒരു മൂഡ് വന്നാൽ അപ്പം ചെയ്തില്ലെങ്കിൽ പിന്നെ അത് ശരിയാകില്ല. അതുകൊണ്ടാണ്. പ്ലീസ്.'

'ശരി, നടക്കട്ടെ, ഞാനതിന് എതിരൊന്നുമില്ല. നീ ചെയ്യ് ഒരു ദിവസത്തെ ക്ലാസിനേക്കാൾ എത്രയോ മഹത്തരമാണ് അത്. ഓക്കേ...'

മാതാപിതാക്കളിൽ നിന്ന് ഇത്ര പോസിറ്റീവായ ഒരു മറുപടി അവൻ

പ്രതീക്ഷിച്ചതേയില്ല. അവന് രക്ഷിതാക്കളോട് ഒരുപാട് ഇഷ്ടം കൂടി. ടീച്ചറിന്റെ ശില്പം കൊത്തണമെങ്കിൽ, അതിന് ക്ലാസ് ഒഴിവാക്കിയേ പറ്റൂ. എല്ലാം കൂടി മനസ്സിലിട്ടുനടന്നാൽ ഒന്നുമാകില്ല.

എല്ലാവരും വീട്ടിൽ നിന്ന് പോയപ്പോൾ ഒരു ശൂന്യത അവനെ ബാധിച്ചു. മൂകമായ വീട് അതിൽ ക്ലോക്കിന്റെ നേരിയ ഒച്ചമാത്രം. ഒച്ചയില്ലായ്മയുടെ സുഖം അവന് നന്നേ ഇഷ്ടപ്പെട്ടു. ഈ സമയത്ത് സ്കൂളിലെന്തായിരിക്കും സ്ഥിതി. ഒച്ചപ്പാടും ബഹളവും അതിന്റെ ഒരു ലഹരി. അതൊന്ന് വേറേ തന്നേയാണ്. അതിൽ മറ്റൊന്നും നടക്കില്ല.

ഇവിടെ ശൂന്യത. ശൂന്യത ഒരു ശില്പത്തോളം വളർന്നപ്പോൾ അവൻ പലകയെടുത്തു. മാഷ് പറഞ്ഞതോർത്തു. എല്ലാ മരത്തിലും എല്ലാ വസ്തുവിലും നമ്മൾക്കുവേണ്ട ശില്പം ഒളിഞ്ഞിരിപ്പുണ്ട്. അതിൽ നിന്ന് നമുക്ക് വേണ്ടാത്തതുമാത്രം കൊത്തിമാറ്റിയാൽ മതി. അതെ അതുതന്നെയാണ് ചെയ്യാൻ പോകുന്നത്.

ഈ മരക്കഷണത്തിൽ ലതികടീച്ചറുടെ മുഖമുണ്ട്. അത് ഭഗത്തിന് ഇപ്പോൾ കാണാൻ കഴിയുന്നുണ്ട്. കടും നിറത്തിൽ അവൻ മരപ്പലകയിൽ ടീച്ചറുടെ മുഖം വരച്ചു. അതേ സമയം മനസ്സിൽ ടീച്ചറുടെ മുഖം നിറഞ്ഞുവന്നു. മടക്കുളിയെടുത്ത് വരച്ച ചിത്രത്തിന്റെ പുറത്തുള്ള ഭാഗങ്ങൾ കൊത്തിമാറ്റി. അപ്പോൾ അവന് ദാഹിക്കാൻ തുടങ്ങി.

'അമ്മേ ലേശം വെള്ളം'

വിളി കേൾക്കാൻ വീട്ടിലാരുമില്ലെന്ന് ഓർമ്മയില്ലാതെ വിളിച്ചതാണ്. അവൻ ഉളിയവിടെ വച്ച് അടുക്കളയിലേക്ക് നടന്നു. ഒച്ചയനക്കമില്ലാത്ത അടുക്കള അവനോട് പലതും പറഞ്ഞു. ഭംഗിയായി അടുക്കിവച്ച പാത്രങ്ങൾ കഴുകി വൃത്തിയാക്കിയ കൈലുകൾ, ചോറിന്റെയും കറികളുടെയും പാത്രങ്ങൾ, നിരവധി പ്ലേറ്റുകൾ. ഗ്യാസ് സ്റ്റൗ, കറിപ്പൊടികൾ...... എല്ലാം അവർ ആദ്യമായി കാണുന്നതുപോലെ നോക്കി.

ശരിയാണ്. അവൻ ആദ്യമായാണ് ഇത്ര വൃത്തിയായി അടുക്കള കാണുന്നത്. മറ്റ് ദിവസങ്ങളിൽ ഭക്ഷണം കഴിക്കാൻ വേണ്ടി മാത്രമല്ലേ അവിടെ കയറുന്നത്. ഇന്ന് സ്വന്തം ആവശ്യത്തിന് എത്തിയതാണ്. വെള്ളമെടുത്ത് കുടിച്ച് വീണ്ടും പ്ലാവിൻ ചുവട്ടിലെത്തിയപ്പോൾ അവന് വല്ലാത്തൊരു സന്തോഷം അനുഭവപ്പെട്ടു. പുതിയ പരിമളം പരത്തി ചെറുകാറ്റ് വീശി. മൂന്നാല് പഴുത്ത പ്ലാവിലകൾ വീണു. ആരോ അവന്റെ ഉള്ളിൽ നിന്ന് പറഞ്ഞു... 'വേഗം തൊടങ്ങ്ടാ....'

വരകൾക്കപ്പുറത്തുള്ള പലക കഷ്ണം കൊത്തിമാറ്റിയപ്പോൾതന്നെ ടീച്ചറുടെ മുഖം അതിൽ വന്നു. അവൻ അതിനെ എടുത്ത് അടുത്തു

വച്ചും ദൂരേവച്ചും നോക്കി. തോടയുളിയെടുത്ത് വരകളിലൂടെ ഇഴഞ്ഞു. വീതുളിയെടുത്ത് ചീകിയും കൊത്തിയും ശില്പ നിർമ്മിതിയിൽ ലയിച്ചിരുന്നു.

വിശപ്പ് പറ്റിയപ്പോൾ അടുക്കളയിൽ കയറി ലേശം ഭക്ഷണമെടുത്ത് കഴിച്ചു. ഭക്ഷണം കഴിച്ചുകൊണ്ടിരിക്കുമ്പോൾ അമ്മയുടെ ഫോൺ വന്നു. മോൻ ഭക്ഷണം കഴിച്ചോ എന്നറിയാനുള്ള പെറ്റമ്മയുടെ കരുതൽ.

അതിനുത്തരം നല്കുമ്പോഴും ഭക്ഷണം വായിലേക്കിട്ട് ചവച്ചരക്കുമ്പോഴും അവൻ ടീച്ചറിന്റെ മുഖം കണ്ടുകൊണ്ടിരിക്കുകയായിരുന്നു. നാലു മണിയോടെ കൊത്തുനിർത്തി എഴുന്നേറ്റ് മേലും മുഖവും കഴുകി അവൻ നടന്നു. ശില്പം തീരണമെങ്കിൽ രണ്ടുമൂന്നു ദിവസമെടുക്കും. ഇന്ന് കൂടുതൽ അധ്വാനിച്ച് ശരീരം വേദനിപ്പിച്ചിട്ട് കാര്യമില്ല. ഒറ്റയടിക്ക് കൊത്തിയാൽ അതിന് പോരായ്മ വന്നേക്കാം. കൊത്തിക്കഴിഞ്ഞാൽ പിന്നെ മാറ്റാനും പറ്റില്ല.

പാല ബസാറിന് ആ പേര് വരാൻ കാരണമായ പാലമരം റോഡ് വീതി കൂട്ടുന്നതിന്റെ ഭാഗമായി മുറിച്ചുമാറ്റി. തണൽ വിരിച്ച പാലയിൽ വെയിൽ നിറഞ്ഞു. ഭഗത്ത് പാലയുടെ വടക്കുഭാഗത്തുള്ള ഇടവഴിയിലേക്ക് നടന്നു. എടനീർ ഭാഗത്തേക്ക് എത്താനുള്ള കുറുക്കുവഴിയാണത്. വഴിയിൽ ആരുമില്ല. അതാണവനും വേണ്ടത്. ഒന്നിനെക്കുറിച്ച് ആലോചിച്ചുനടക്കുമ്പോൾ ആരെങ്കിലും എന്തെങ്കിലും ചോദിക്കാൻ വരാൻ പാടില്ല. ചിന്ത മുറിഞ്ഞുപോകും. വഴിയരികിലെ ഒരു ഗേറ്റിൽ എഴുതിവച്ച നെയിം ബോർഡ് അവൻ വായിച്ചു. 'പ്രൊഫസർ മധുസൂദനൻ' വലിയ എഴുത്തുകാരനാണ്. മൂന്നാല് നോവലുകളും കുറേ കഥകളും എഴുതി പ്രസിദ്ധീകരിച്ചിട്ടുണ്ട്. കുറേ പുസ്തകങ്ങളുടെ കർത്താവ്. ഇപ്പോൾ അതിനുപുറമേ പത്രത്തിലുമെഴുതുന്നു. അവൻ ചിന്തിച്ചു ഒരു പുസ്തകമെഴുതാൻ എത്ര നാളു വേണം.? എനിക്കിവിടെ ഒരു ശില്പം തീർക്കാൻ തന്നെ ദിവസങ്ങൾ വേണ്ടിവരും. അതിന് ഒരു മുഖം മതി, നോവലും കഥയുമൊക്കെയാവുമ്പോൾ കുറേ മനുഷ്യരുടെ ജീവിതം എഴുതണ്ടേ.. എങ്ങിനെ സാധിക്കുന്നു..

ഭഗത്ത് വീട്ടിലെത്തുമ്പോഴേക്ക് അമ്മയും അച്ഛനും എത്തിയിരുന്നു. അവർ വൈകുന്നേരത്തെ ചായകുടിക്കാൻ എടുത്തവച്ച് ഭഗത്തിനെ വിളിക്കാൻ നോക്കുകയായിരുന്നു. ഭഗത്ത് ഫോൺ എടുക്കാതെയായിരുന്നു നടന്നത്.

അവന്റെ ഗൗരവം കണ്ട് രണ്ടുപേരും സ്വയം ചിരിച്ച് അച്ഛൻ

അമ്മയെ കണ്ണിറുക്കി. 'ശില്പീ, ചായ വേണോ... എന്തോ...' അച്ഛൻ തമാശയാക്കി,

അമ്മയ്ക്ക് ചിരിവന്നു.

അമ്മ പറഞ്ഞു, 'മോനേ എന്തായി ശില്പത്തിന്റെ പണി, കഴിഞ്ഞോ.' ശില്പത്തെക്കുറിച്ച് കേൾക്കുമ്പോൾ അവന് സന്തോഷം വരും. താൻ ചെയ്തുകൊണ്ടിരിക്കുന്ന ഒരു കാര്യത്തിന്റെ പുരോഗതിയെക്കുറിച്ച് അന്വേഷിക്കുമ്പോൾനിർമ്മാതാവിന് ഒരു പ്രത്യേക സന്തോഷമുണ്ടാവും.

'പണി പകുതിയായി, നാളെ സ്കൂളിൽ പോയിവന്നാൽ തുടങ്ങും' പിന്നെ ലീവ് ദിവസം മാത്രം. ഒരാഴ്ച എടുക്കും. എന്നാ ശരിയാകും. അച്ഛനുമമ്മയും അതിനു ശേഷം കണ്ടാൽ മതി. ഇപ്പം കണ്ടാ ശരിയാകൂല.'

'ശരി, നീ കാട്ടിത്തരുമ്പം മാത്രേ ഞങ്ങൾ കാണുന്നുള്ളൂ. സംഗതി ഉഷാറാവട്ടെ'. അച്ഛൻ പറഞ്ഞു.

ശില്പ നിർമ്മാണം ഒരു തപസ്യയാണ്. മനസ്സിൽ ശില്പമായതിനുശേഷമാണ് മരത്തിൽ ശില്പമാകുന്നത്. മരത്തിൽ കൊത്തുമ്പോൾ വളരെ ശ്രദ്ധ ആവശ്യമാണ്. ആവശ്യമില്ലാത്തതാണെന്നുകരുതി കൊത്തിക്കളഞ്ഞാൽ പിന്നെ ശില്പ നിർമ്മാണം നടക്കില്ല. ശില്പം പൂർണ്ണമായി കൊത്തിക്കഴിഞ്ഞ ശേഷമാണ് കണ്ണ് കൊത്തുക. ജീവന്റെ അടയാളം കണ്ണിലാണ്. കണ്ണ് ശരിയാക്കാൻ ഒരുപാട് ബുദ്ധിമുട്ട് വേണം. കണ്ണിന് പിറകെ കൈപ്പണി കുറേയേറേ ചെയ്യണം. ശരിക്കും ഒരു തപസ്യയാണ്.

ശില്പ നിർമ്മാണം ഭഗത് അത് മനസ്സിലാക്കിത്തുടങ്ങിയിരിക്കുന്നു.

# സമ്മാനം

സ്കൂൾ വാർഷികത്തിന് ഏഴ് ബിയിലെ കുട്ടികളുടെ ഒരു പ്രത്യേക പരിപാടിയുണ്ടാകുമെന്നത് വലിയ വാർത്തയായി. എന്താ പരിപാടി ആരൊക്കെയാണ് പങ്കെടുക്കുന്നത് തുടങ്ങി കുറേയേറേ ചോദ്യങ്ങൾ അധ്യാപകരിലും കുട്ടികളിലും ഉണ്ടായി. പക്ഷേ ആരോട് ചോദിക്കും. പത്തംഗ സംഘം ഉള്ളാലെ ചിരിക്കുന്നുണ്ടായിരുന്നു. ഒരിക്കൽ കൂടി യോഗം ചേർന്ന്പരിപാടി പ്ലാൻ ചെയ്തു.

ഒരു മൈം ഷോ..

ആറ് ആൺകുട്ടികളുടെ മൈം ഷോ

നാല് പെൺകുട്ടികളുടെ ഡമോൺസ്ട്രേഷൻ

ഭഗത്തിന്റെ വീട്ടിൽ ലതിക ടീച്ചറുടെ ശില്പം പൂർത്തിയായി. ഭഗത്തിനെ കൂടാതെ അവന്റെ അച്ഛനുമമ്മയും പിന്നെ നിതിനും മാത്രമേ അത് കണ്ടിട്ടുള്ളൂ. ശരിക്കും ലതിക ടീച്ചറെ കൊത്തിയെടുത്തതു തന്നെ. നല്ല ഫിനിഷിംഗ്. പണി തീർന്നതുമുതൽ ഭഗത്തിന് തിടുക്കമായി. എത്രയും പെട്ടെന്ന് ആദരിക്കൽ ചടങ്ങ് നടത്താൻ അവന്റെ ഉള്ളം തുടിച്ചു. ടീച്ചറെ ആദരിക്കുമ്പോൾ അവനും ആദരം കിട്ടുകയാണല്ലോ..

പത്തുപേരും രഹസ്യത്തിന്റെ സന്തോഷവും പേറി സ്കൂളിൽ നിറഞ്ഞു നടന്നു. ഏഴ് ബിയിലെ മറ്റ് മുപ്പത് കുട്ടികൾക്ക് പോലും അറിയാത്ത ഒരു വലിയ സന്തോഷം.

സസ്പെൻസ് സൂത്രം.

സ്കൂൾ വളപ്പിലെ കിണറിനടുത്ത് അവർ ഇടക്കിടെ ഒത്തുചേരും. പരസ്പരം കാര്യങ്ങൾ കൈമാറും. മൈം ഷോ ഉൾപ്പെടുന്ന സ്കിറ്റിന്റെ മിനുക്ക്പണികൾ നടത്തുന്നത് അങ്ങിനെയാണ്.

ഒടുവിൽ ആ ദിവസം വന്നെത്തി. എല്ലാവർക്കും സന്തോഷം. നേടിയവന്റെ ചിരിയായിരുന്നുഏഴാം ക്ലാസുകാർക്കെല്ലാം. സ്കൂളിനോട് വിട പറയാനായതിൽ സങ്കടമുണ്ടെങ്കിലും പുതിയ സ്കൂളിൽ ചേരാനുള്ള ഉത്സാഹവും ഏഴാംക്ലാസ് കഴിഞ്ഞെന്നുള്ള ഒരു ഗമയും അവർക്കുണ്ടായിരുന്നു. പരിപാടികളുടെ നിയന്ത്രണം അവർക്കാണ്. മുതിർന്ന

കുട്ടികൾ !

മൈക്കിലൂടെ പാട്ടൊഴുകി.

ഏഴ് ബിയിലെ സിത്താരയും ശ്രുതിയും ചേർന്ന് പ്രാർത്ഥന ചൊല്ലി. ഹെഡ്മാഷിന്റെ അദ്ധ്യക്ഷതയിൽ ചേർന്ന യോഗം. നാട്ടിലെ റിട്ട യേർഡ് സ്കൂൾ മാഷും എഴുത്തുകാരനുമായ കമലാക്ഷൻ മാഷ് ഉദ്ഘാടനം ചെയ്തു. ഉദ്ഘാടന പ്രസംഗത്തിലും അദ്ധ്യക്ഷ പ്രസം ഗത്തിലുമൊന്നും ആർക്കും താല്പര്യമുണ്ടായിരുന്നില്ല. ഏഴ് ബിയിലെ പത്തംഗസംഘം അന്നേരം സ്റ്റേജിന്റെ പിറകിൽ ചെന്ന് സ്കിറ്റിന്റെ അവസാന വർക്കുകൾ ചെയ്യുന്നുണ്ടായിരുന്നു. ഓരോ കലാപരിപാടി യിൽ പങ്കെടുത്തവർ അതിന്റെ മെയ്ക്കപ്പിലും തിരക്കിലുമായിരുന്നു. സമ്മാനക്കാരുടെ രക്ഷിതാക്കൾ നേരത്തെതന്നെ എത്തിയിരുന്നു.

ഭഗത്തിന്റെ അമ്മയാണ് വളരെ നന്നായി കടലാസിൽ പൊതിഞ്ഞ ടീച്ചറുടെ ശില്പം സൂക്ഷിച്ചിരുന്നത്. സമയമാകുമ്പോൾ മാത്രം സ്റ്റേജിൽ എത്തിക്കാനായിരുന്നു പരിപാടി

ഉദ്ഘാടന പരിപാടി കഴിഞ്ഞ ഉടനെ മൈക്കിലൂടെ അറിയിപ്പ് വന്നു.

'അടുത്തതായി കലാപരിപാടികളാണ്.'

കുട്ടികൾ രക്ഷിതാക്കളുടെ അടുത്തിരുന്നു സന്തോഷച്ചിരി ചിരി ച്ചു. വൈകുന്നേരത്തേ കാറ്റിൽ സ്കൂൾ മുറ്റം നിറയെ മഞ്ഞ നിറമുള്ള പൂക്കളും ഇലകളും വീണു.

ലളിതഗാനമായിരുന്നു ആദ്യം. പിന്നീട് മറ്റു കളികളും കാര്യമാത്ര പ്രസക്തമായ സ്കിറ്റുകളും നാടകങ്ങളും അരങ്ങേറി. പത്ത് പന്ത്രണ്ട് പരിപാടികൾ കഴിഞ്ഞ ശേഷമാണ് ഏഴ് ബിയുടെ പ്രത്യേക പരിപാടി അനൗൺസ് ചെയ്തത്. എല്ലാവരും ആർപ്പുവിളികളോടെയും കൈയ്യ ടികളോടെയും അതിനെ സ്വീകരിച്ചു.

'മറ്റൊരു അറിയിപ്പ്.' അനൗൺസർ പറഞ്ഞു. എല്ലാവരും കാത് കൂർപ്പിച്ച് കോളാമ്പി മൈക്കിനേയും കറുത്ത ബോർഡിനേയും നോ ക്കി.

'ഏഴ് ബിയിലെ കുറച്ച് കുട്ടികൾ അവർക്കിഷ്ടപ്പെട്ട ഒരു ടീച്ചറെ കണ്ടെത്തിയിട്ടുണ്ട്. ടീച്ചർക്ക് ഒരു വിലയേറിയ സമ്മാനം അവർ കൊടു ക്കുന്നു. അവരുടെ ഐറ്റത്തിന് തൊട്ടുപിറകെയായിരിക്കുമത്.'

എല്ലാവരും ഇളകിയാടി

പത്തംഗത്തിലെ നാല് പെൺകുട്ടികൾ ആദ്യം സ്റ്റേജിൽ കയറി. മുബീന മൈക്കെടുത്ത് പിടിച്ചു പറഞ്ഞു.

'നമസ്കാരം, ഞങ്ങൾ നാലുപേരുമാണ് പത്തംഗ സംഘത്തിലെ

പെൺകുട്ടികൾ', അവർ ഓരോരുത്തരായി പേര് പറഞ്ഞ് പരിചയപ്പെടുത്തി.മൈക്ക് തിരികെ മുബീനയിലെത്തി നിന്നു. അവൾ പറഞ്ഞു,

'ഇന്ന് ഒരു പ്രത്യേക ദിവസമാണ്, അതിന്റെ പ്രാധാന്യം നിവേദ്യ പറയും.'

നിവേദ്യ മുന്നോട്ടുവന്ന് കുട്ടികളെ നമസ്കരിച്ചുകൊണ്ട് തുടങ്ങി.

'ഈ സ്കൂൾ വർഷാരംഭം മുതൽ ഞങ്ങൾ പത്ത്പേർ മനസ്സിൽ താലോലിച്ചുകൊണ്ടുനടക്കുന്ന ഒരു വലിയ ആഗ്രഹത്തിന്റെ പൂർത്തീകരണമാണിന്ന്. ഞങ്ങൾ ഒന്നിച്ചിരുന്ന് ഈ സ്കൂളിലെ അധ്യാപകരിൽനിന്ന് ഒരാളെ തിരഞ്ഞെടുത്തിട്ടുണ്ട്. ഞങ്ങളെപ്പോലെ നിങ്ങളോരോരുത്തർക്കും അത് ഇഷ്ടമാകുമെന്ന് ഞങ്ങൾക്കുറപ്പുണ്ട്.

ബാക്കി വിശേഷങ്ങൾ പറയാൻ നദയെ ക്ഷണിക്കുന്നു.'

നദ പറഞ്ഞു.

'അതെ, എല്ലാ അദ്ധ്യാപകരും ഞങ്ങൾക്ക് പ്രിയപ്പെട്ടവരാണ്. എന്നാൽ മറ്റ് അദ്ധ്യാപകരിൽ കാണാൻ കഴിയാത്ത ഒരു അധിക ഗുണം അതാണ് ഈ ടീച്ചറെ തിരഞ്ഞെടുക്കാൻ ഞങ്ങളെ പ്രേരിപ്പിച്ചത്. അതിന്റെ തുടർച്ച നിഹാര പറയും.'

നിഹാര മൈക്കെടുത്ത്, 'ഹായ്, എല്ലാവർക്കും എന്റെ നമസ്കാരം എന്റെ സുഹൃത്തുക്കൾ പറഞ്ഞതുപോലെ തെരഞ്ഞെടുത്ത ആ ടീച്ചർക്ക് കൊടുക്കാനുള്ള സമ്മാനം തയ്യാറാക്കിയിരിക്കുന്നത് നമ്മുടെ ക്ലാസിലെ ഭഗത്താണ്. ഭഗത്ത് സ്റ്റേജിലേക്ക് വരണം.'

ഭഗത്ത് സ്റ്റേജിലെത്തി.

കാണികളായ കുട്ടികളും രക്ഷിതാക്കളും അധ്യാപകരുമെല്ലാം ജിജ്ഞാസയോടെയും ആകാംക്ഷയുടെയും മുൾമുനയിലാണ്.

ഭഗത്ത് മറ്റ് അംഗങ്ങളെ ഓരോരുത്തരേയായി സ്റ്റേജിലേക്ക് വിളിച്ചു. അവർ ഫുഡ്ബോൾ ടീം കളിക്കളത്തിലേക്ക് നീങ്ങുന്നത്പോലെ സ്റ്റേജിലെത്തി. വെള്ള കുപ്പായവും പാന്റും ധരിച്ച അവർ ആറുപേരും ഒരു നീളൻ തുണി കയ്യിൽ പിടിച്ചു. അതിന്റെ ഒരറ്റത്ത് നിഹാരയും മറ്റെയറ്റത്ത് മുബീനയും പിടിച്ചു.

നിവേദ്യ വീണ്ടും മൈക്ക് കയ്യിലെടുത്തു. അവൾ പറഞ്ഞു. 'ഈ ആറുപേരും ആ ഇഷ്ടപ്പെട്ട ടീച്ചറുടെ മുഖത്തിന്റെ ഓരോ ഭാഗങ്ങൾ ഈ കാൻവാസിൽ വരക്കും. വരച്ച് തീരുന്നതോടെ ആ ടീച്ചർ വേദിയിലെത്തണമെന്ന് അഭ്യർത്ഥിക്കുന്നു'

നിറഞ്ഞ കരഘോഷങ്ങൾക്കിടയിൽ ആറുപേർ വളരെ വേഗത്തിൽ ചിത്രം പൂർത്തിയാക്കി.

ജീവൻ തുടിക്കുന്ന ലതിക ടീച്ചറുടെ ചിത്രം.!

കാണികൾ കൂകിയാർത്തു. ലതികടീച്ചർ എഴുന്നേറ്റ് നിന്ന് എല്ലാവരേയും തൊഴുതു.

നിവേദ്യ മൈക്കിലൂടെ വിളിച്ചുപറഞ്ഞു.

'അതാ കാണൂ.. ലതിക ടീച്ചർ. നമ്മുടെ പ്രിയങ്കരിയായ ലതിക ടീച്ചറെ സ്റ്റേജിലേക്ക് സ്നേഹത്തോടെ ക്ഷണിക്കുന്നു. ഒപ്പം ഭഗത്തിന്റെ നിർമ്മിതിയായ ലതിക ടീച്ചറുടെ ശില്പം ഭഗത്തിന്റെ അമ്മയുടെ കൈവശമുണ്ട്. അമ്മ ഒന്ന് ഇവിടംവരെ വന്ന് അത് കൈമാറൂ.' അവർ ആവേശത്തോടെ പൊതിയഴിച്ച് സ്റ്റേജിലേക്ക് നടന്നു. ശില്പം പത്തം ഗസംഘം എല്ലാവരേയും കാണിച്ചു. ഫോട്ടോകൾ മിന്നിമറയുമ്പോൾ ലതികടീച്ചർ ആനന്ദാശ്രു പൊഴിച്ചു. അവർ ഒന്നിച്ചുനിന്ന് ടീച്ചർക്ക് ശില്പം സമ്മാനിച്ചു.

അധ്യാപകരും വിദ്യാർത്ഥികളും അത്ഭുത പരതന്ത്രരായി . ഹെഡ്മാഷ്, മറ്റ് മാഷൻമാരോട് പറയുന്നുണ്ടായിരുന്നു.

'ഇത്ര മിടുക്കന്മാരാണോ ഇവർ..?' കണക്ക് മാഷ് ആകെ വല്ലാതായി

ലതിക ടീച്ചർ മൈക്ക് വാങ്ങി പറയാനൊരുങ്ങി. വാക്കുകൾ തൊണ്ടയിൽ കിടന്ന് കുറുകി...

സന്തോഷാധിക്യം... പുത്രവാത്സല്യം........ തൊഴുകൈ മാത്രം നല്കി ടീച്ചർ ഇറങ്ങിനടന്നു.

അടുത്ത പ്രഭാതത്തിൽ പുതിയ കാറ്റിനും വെയിലിനും വേണ്ടി. ജിതിനും ഭഗത്തിനും ഇത് പൂർണ്ണതയുടെ സായംസന്ധ്യ... അവർ എല്ലാവരും ടീച്ചറുടെ പിന്നാലെ ഹാളിനപ്പുറം വരെ നടന്നു. പിന്നെ തിരിച്ച് വന്ന് സ്റ്റേജിൽ കയറി. നിവേദ്യ പറഞ്ഞു.

'ഇത് ഒരു സൂചകമാണ്. മറ്റുള്ളവരും
ആവർത്തിക്കാൻ വേണ്ടി'

എല്ലാവർക്കും ശുഭം നേരുന്നു.

•••

www.ingramcontent.com/pod-product-compliance
Lightning Source LLC
LaVergne TN
LVHW060142051026
849517LV00007B/2536
* 9 7 8 9 3 9 4 4 7 2 2 8 0 *